அய்யங்காளி

தாழ்த்தப்பட்ட இனத்தவருடைய படைத்தலைவன்

ஆங்கிலத்தில்:

டி.எச். செந்தாரசேரி

மலையாளத்தில்:

கெ. ஆர். மாயா

தமிழில்:

மு.ந. புகழேந்தி

எதிர் வெளியீடு

அய்யங்காளி

டி.எச்.பி. செந்தாரசேரி
தமிழில்: மு.ந. புகழேந்தி

முதல் பதிப்பு: ஏப்ரல் 2013
இரண்டாம் பதிப்பு: ஜனவரி 2020
எதிர் வெளியீடு,
96, நியூ ஸ்கீம் ரோடு, பொள்ளாச்சி - 642 002.
தொலைபேசி: 04259 - 226012, 99425 11302.
விலை: ரூ. 50

Ayyankali
THP Chentharassery
Translated by M.N. Pugazhendhi

First Edition: April 2013
Second Edition: January 2020

Published by
Ethir Veliyeedu, 96, New Scheme Road. Pollachi - 642 002.
Email: ethirveliyedu@gmail. com
www. ethirveliyedu. in

Price: ₹ 50

ISBN: 978-93-87333-91-8
Cover Design: Jeevamani
Printed at Jothy Enterprises, Chennai.

All rights reserved. No part of this book may be reprinted or reproduced or utilised in any form or by any electronic, mechanical or other means, now known or hereafter invented, including photocopying and recording, or in any information storage or retrieval system, without permission in writing from the Publisher.

பொருளடக்கம்

முன்னுரை	05
1. ஒரு புரட்சிக்காரனுடைய உதயம்	09
2. சமுதாயப் பணிகளில் ஈடுபடல்	14
3. தீண்டத்தகாதவர்களுடைய ஐக்கிய முன்னணி	18
4. பள்ளிக் கூடத்தில் நுழைவதற்கான துவக்கம்	22
5. அய்யங்காளியினுடைய சமூக, சுதந்திரப் போராட்டங்கள்	25
6. கேரளாவில் முதல் தொழிலாளர் போராட்டம்	27
7. சமூகத்தினுடைய நீதி நியாயம்	31
8. தலித் முன்னேற்றத்தினுடைய நியான் வெளிச்சம்	39
9. சாது ஜன பரிபாலன சங்கத்தினுடையவும் அய்யங்காளியினுடையவும் செயல்பாடுகள்	43
10. முடிவுரை	46

முன்னுரை

இந்தியாவின் தெற்கு எல்லையிலுள்ள 'தானசீலத்தினுடைய நாடு' என்று பெயர் பெற்றுள்ள கேரளம் அனைத்து விதங்களிலும் இந்தியாவினுடைய மற்ற மாகாணங்களிலிருந்து முற்றிலும் வித்தியாசமானதாயிருந்தது. அதற்கே உரித்தான பல அற்புதங்களைக் காரியங்களிலும் கொண்டிருந்தது. அங்கு நம்பூதிரி, நாயர், புலயர் என்னும் மூன்று சாதிகளைச் சேர்ந்தவர்கள்தான் முக்கியமானவர்களாயிருந்தனர். இவர்கள் விசித்திரமான பல ஆசாரங்களைக் கொண்டிருந்தவர்களாய் இருந்ததால் அது உள்நாட்டு மற்றும் வெளிநாட்டைச் சேர்ந்த எழுத்தாளர்களையும், ஆராய்ச்சியாளர்களையும் கவர்ந்திருந்தது. அதனால் அவர்கள் சில ஆராய்ச்சிக் கட்டுரைகளை எழுதவும் செய்தனர்.

இந்தியா சுதந்திரமடைவதற்கு முன்பு கேரளத்தில் நிலவிவந்த சமூக நிலை முற்றிலும் விசித்திரமானவைகளாகவும் சாதி மதக் கலவரங்கள் நிறைந்ததாகவுமிருந்தது. மிகுந்த கோபத்துடன் 'மலபார் ஒரு பைத்தியகார வாழ்விடம்' என்று சுவாமி விவேகானந்தரை சொல்லவைக்கும் கட்டாயத்திற்கு அது ஆளாக்கியது. இங்குள்ள மக்களுக்கிடையில் காணப்பட்ட தீண்டாமையைப் பற்றித் தெரிந்து கொள்வதற்காகத்தான் அவர் 1892ஆம் ஆண்டு கேரளாவிற்கு வந்தார். கொஞ்சம்கூட சீர்திருத்தப்பட்டிருக்காத இந்தச் செயல்பாடுகளைக் கண்ட அவருடைய மனம் தார்மீகக் கோபத்தால் கொதித்தது. 1897ஆம் ஆண்டு பிப்ரவரி மாதம் அவர் மதராசில் நடத்திய சொற்பொழிவில் கோபத்தைக் கொட்டியிருந்தார்:

> "மலபாரில் கண்ட அதர்மங்களைப் போல உலகத்தில் வேறெங்கும் நான் கண்டிருக்கவில்லை. மேல்சாதிக்காரர்கள் நடக்கின்ற வழியில் பாவப்பட்ட பறையர்கள் நடக்க முடிவதில்லை. ஆங்கிலேயரையும், முஸ்லிம்களையும் அங்கீகரிப்பது அவர்களைப் பொருத்தவரை சரியாயிருந்தது.

அந்த மலபார் மக்கள் பைத்தியக்காரர்கள். அவர்களுடைய வீடுகளெல்லாம் பைத்தியக்கார ஆலயம்"

அய்யங்காளியுடைய காலகட்டத்திற்கு முன்புவரை தீண்டத்தகாதவர்களுடைய நிலைமை மிகவும் பரிதாபகரமானதாயிருந்தது. நிலச்சுவான்தார்களுடைய கைகளில் விவசாய உபகரணங்களைப் போலத்தான் அவர்கள் காணப்பட்டார்கள். எல்லா விடியற் காலை நேரங்களிலும் முதலாளிகளுடைய வயல்களிலோ நிலங்களிலோ வேலை செய்வதற்காகத் தொழிலாளிகள் வருவார்கள். மாலை நேரம் பிச்சை போடுவதைப் போல அவர்களுக்குக் கொஞ்சம் நெல் கூலியாகக் கொடுப்பார்கள். பல சந்தர்ப்பங்களிலும் விடுமுறை, ஓய்வு என்னும் பேச்சிற்கே இடமிருந்திருக்கவில்லை. அவர்களுடைய குழந்தைகளுக்கு சிறுவயதிலிருந்தே இந்த வேலைகளில் பயிற்சியளிக்கப்பட்டுக் கொண்டிருந்தது.

சாதாரண மரக் கொம்புகளையும் சேற்றையும் கொண்டு உருவாக்கிய சுவர்களும் சில வகை உலர்ந்த புல்களால் வேய்ந்த மேற் கூரையும் கொண்ட குடிசைகளில்தான் அவர்கள் வாழ்ந்து கொண்டிருந்தனர். அந்தக் குடிசைகளில் அவர்கள் மிகவும் சிரமத்துடன் வாழ்ந்து கொண்டிருந்தார்கள். வெறும் மண் சட்டிகள் மட்டுமே அவர்களுடைய குடிசைகளில் காணப்பட்ட வீட்டுச்சாமான்கள். அவர்களில் சிலர் தாங்கள் வேலை செய்யும் வயல்களிலிருந்து வெகு தூரத்தில் வாழ்ந்து கொண்டிருந்தார்கள். அதேசமயம் வயலின் அருகில் வாழ்ந்து கொண்டிருந்தவர்களை சிறுசிறு மண்திட்டுகள் கட்டிப் பிரித்து வைத்திருந்தார்கள்.

அவர்கள், தங்கள் முழு வாழ்க்கையையும் விவசாய வேலை செய்வதிலேயே கழித்துக் கொண்டிருந்தார்கள். எப்பொழுதாவது சில சமயங்களில் மட்டுமே வேட்டையாடுவதிலும் மற்ற கேளிக்கைகளிலும் ஈடுபட்டுக் கொண்டிருந்தார்கள். அவர்கள் கருப்பு நிறத்துடன் தசை பலம் கொண்ட வர்க்கத்தினராய் இருந்தார்கள். மிகச் சாதாரணமான உணவு அவர்களுடைய திடமான உடலை மிகவும் பாதித்தது. அவர்கள், மிகவும் குறைந்த அளவு ஆடையையே அணிந்து கொண்டிருந்தார்கள். இடுப்பில் ஒரு துண்டுத் துணியைக் கட்டியிருந்தார்கள். வெட்ட வெளியில் வேலை செய்து கொண்டிருந்ததால் அந்தத் துணியைத் துவைக்க அவர்களால் முடியவில்லை. மழைக்காலத்தில் தொடர்ந்து பெய்யும் மழைத் தண்ணீரில் மட்டுமே அவர்களுடைய ஆடைகளைத் துவைத்துக் கொள்வார்கள். மழைக்காலம் உச்சத்தை அடையும்

பொழுது குளிரிலிருந்து தங்களைக் காத்துக் கொள்வதற்காக குடிசைக்குள்ளேயே தீ மூட்டி இரவையும் பகலையும் கழித்துக் கொண்டிருந்தார்கள்.

சமூகத்தில் அவர்கள் மிகவும் அடித்தட்டில் உள்ளவர்கள் என்பதால் மேல்சாதிக்காரர்கள் அவர்களிடம் எந்தவித இரக்கமுமில்லாமல் நடந்து கொண்டிருந்தார்கள். ரெவ. மட்டீரினுடைய அபிப்பராயப்படி கீழ்சாதிக்காரர்கள் பொதுவழியைப் பயன்படுத்த முடிந்திருக்கவில்லை. பிராமணர்களை விட்டு 96 அடி தூரத்தில்தான் அவர்கள் இருக்க வேண்டும். சூத்திரர்களிடமிருந்து ஏறக்குறைய அதில் பாதி அடி தூரத்தில் இருக்க வேண்டும். அவர்கள் விலையுயர்ந்த ஆபரணங்களை அணிந்துகொள்ள அனுமதியில்லை. உடலின் மேல்பகுதியை மேலாடை அணிந்து மறைத்துக் கொள்ளவும் கூடாது.

மண்ணோடு மண்ணாய்க் கிடந்த, அடிமைகளாய்க் கருதப்பட்ட அவர்களை, அவர்களுடைய முதலாளிகள் தங்கள் விருப்பத்திற்கு ஆட்டிவைத்துக் கொண்டிருந்தார்கள். அவர்களைத் தங்கள் நண்பர்களுக்கு அன்பளிப்பாகக் கொடுக்கவும் செய்தார்கள். வீடுகளில் வளர்க்கவோ விற்கவோ செய்யப்படும் கால்நடைகளைப் போல அவர்களை, அவர்களுடைய முதலாளிகள் வாங்கவும், விற்கவும், அடமானம் வைக்கவும் செய்தார்கள். தப்பித்துச் செல்ல முயன்றவர்களை அவர்கள் மிகக் கடுமையாகத் தண்டித்தார்கள். 19ஆம் நூற்றாண்டில் விவசாய அடிமைகள் தொடர்பான கைமாற்ற உடன்படிக்கையில் இவ்வாறு குறிப்பிடப் பட்டிருந்தது:

> ‘நீங்கள் உங்களுடைய விருப்பத்திற்கும் மகிழ்ச்சிக்கும் ஏற்ப அவர்களை விற்கவோ, கொல்லவோ செய்யலாம்.’

குடை உபயோகிக்கவோ, செருப்பணியவோ அவர்களுக்கு அனுமதி வழங்கப்பட்டிருக்கவில்லை. உலோகத்தினால் செய்யப்பட்ட வீட்டுச்சாமானங்களை உபயோகிக்க அவர்களுக்கு அருகதையில்லை. உறுதியானதும், ஓடு வேய்ந்ததுமான வீடுகளை அவர்கள் கட்டிக்கொள்ளக் கூடாது. தங்களுக்கென்று சொந்த நிலம் வைத்துக் கொள்ள அனுமதியில்லை.

கீழ்சாதிப் பெண்கள் தங்கள் இடுப்பிற்கு மேலுள்ள பகுதிகளைத் துணியால் மறைத்துக்கொள்ள அனுமதி வழங்கப்படவில்லை. அதனால், அப்பெண்கள் நிறைய பாசி மாலைகளை அணிந்து கொண்டிருந்தார்கள். சிலர் சங்குகளால் ஆன மாலைகளையும் பயன்படுத்தினார்கள்.

'சாவ்' என்று அழைக்கப்பட்ட மரணமடைந்துவிட்டிருந்த தங்கள் முன்னோர்களையும், துர் தேவதைகளையும், துர் பூதங்களையும் அவர்கள் வணங்கி வந்தார்கள். பதினாறு வயதிற்குள் மரணமடைந்து விட்டவர்களுடைய ஆத்மாக்களையும் கன்னிகளுடைய ஆத்மாக்களையும் வணங்கிக் கொண்டிருந்தார்கள். மாடன் (சாத்தான்), சூரியன், பாம்பு போன்றவற்றை ஆராதனை செய்துகொண்டிருந்த அவர்களுக்குக் கோயில்களும் இருந்தன. சிறு வனத்தின் நடுவில் அவர்கள் இயற்கையை வழிபடுபவர்களாயிருந்தார்கள்.

இந்துக்களினுடைய கோயில்களில் வழிபாடு செய்ய அவர்களை அனுமதிக்கவில்லை. அவர்கள் அங்கு வழிபாடு செய்ய ஆசைப்பட்டால், இந்து தெய்வங்களை அசுத்தப்படுத்தி விடாமல், அரைக் கிலோமீட்டர் தூரத்திற்கு அந்தப்பக்கம் நின்று வணங்க அனுமதிக்கப்பட்டிருந்தார்கள்.

உயர்ந்த சாதிக்காரர்கள் தீண்டத்தகாதவர்கள் தங்கள் அருகில் வருவதை வெறுப்புடனும் பயத்துடனும் பார்த்தார்கள். அவர்களுடைய காலடிபட்ட இடங்களை தீட்டுப்பட்டதாகக் கருதினார்கள்.

தலித்துகளுக்கு அனைத்துவித மனித உரிமைகளும் மறுக்கப்பட்ட இந்த ஊரில்தான் அய்யங்காளி சமூக சீர்திருத்தவாதியாக தன் வாழ்க்கையைத் துவங்கினார்.

அவ்வூரின் எட்டிலொரு பங்கு மக்களை அவர் மேல்நிலைக்குக் கொண்டு வர வேண்டியிருந்தது. மேல்சாதிக்காரர்கள் அனுபவித்துக் கொண்டிருந்த சுதந்திரமோ, உரிமைகளோ ஒரு சதவீதம்கூட கொடுக்கப்படாததால் மற்ற பிரிவினர்களிலிருந்து அவர்கள் மிகவும் பின்தங்கிய நிலையில் இருந்தார்கள். நாட்டின் பொருளாதாரத்தை மேம்படுத்த பயன்படுத்தப்பட்டுக் கொண்டிருந்த அவர்களுக்கு மனித உரிமைகள் அனைத்தும் மறுக்கப்பட்டிருந்தன. தன் சமுதாயத்தைச் சேர்ந்த மக்களை சீர்திருத்தி நாட்டினுடைய முக்கிய பாகமாக மாற்ற அய்யங்காளி கடின முயற்சி செய்ய வேண்டி வந்தது.

1979இல் நான் அய்யங்காளியினுடைய வாழ்க்கைக் குறிப்பை மலையாளத்தில் எழுதியுள்ளேன். அதற்குப் பிறகு நான் படித்த புதிய புத்தகங்களும், நான் அறிந்து கொண்டிருந்தவைகளையும் சேர்த்து இந்தப் புத்தகத்தை (ஆங்கிலத்தில்) புதியதாக எழுதியுள்ளேன்.

டி.எச்.பி. செந்தாரசேரி

1

ஒரு புரட்சிக்காரனுடைய உதயம்

கேரளாவில், இப்பொழுது கோவளத்திற்கு கிழக்குப் பகுதியில் இயற்கை எழில் கொஞ்சும் வெங்கானூர் அமைந்துள்ளது. இந்த சிறு கிராமத்தில்தான் 1863ஆம் ஆண்டு ஆகஸ்ட் மாதம் 28ஆம் நாள் காளி பிறந்தார். அய்யனும், மாலாவும்தான் அவருடைய பெற்றோர். காளி, அப்பாவினுடைய பெயரைச் சேர்த்துக் கொண்டு அய்யங்காளியானார்.

சிறுவனாயிருந்தபொழுது, அய்யங்காளி பலம் பொருந்தியவனாகவும், உற்சாகம் மிகுந்தவனுமாகவும் இருந்தான். நாட்டுப்புறக் கலைகளிலும், கால்பந்து, மட்டைப்பந்து விளையாடுவதிலும் ஆர்வம் கொண்டிருந்த அவன் சிறந்த உடற்பயிற்சி வீரனாகவும் இருந்தான். அவனுடைய அதிகப்படியான உற்சாகம் அவனுக்கு பெரும் பிரச்சனைகளைத் தோற்றுவித்தது.

ஓர் ஓணம் பண்டிகையின்போது அய்யங்காளி பந்து விளையாடிக் கொண்டிருக்கும்பொழுது பந்து ஒரு மேல்சாதிக்காரனுடைய வீட்டின் முன்னால் போய் விழுந்து விட்டது. அந்த வீட்டுக்காரனுடைய கண்கள் கோபத்தால் சிவந்தன. சிறிது நேரம் அந்தத் தீண்டத்தகாதவனுடைய செயல்களை கவனித்துக் கொண்டிருந்தான். அந்தச் சிறுவன் அப்படியொரு அபத்தமான செயலைச் செய்தபொழுது, தன் சுயநினைவையிழந்து கடினமான, இழிவானதுமான வார்த்தைகளால் அவனைத் திட்டத் தொடங்கினான். மேல் சாதிக்காரக் குழந்தைகளுடன் சேர்ந்து எப்படி அவன் விளையாடலாம் என்று கேட்டான். இனிமேல் அப்படிச் செய்தால் தண்டிக்கப்படுவான் என்று எச்சரிக்கையும் செய்தான்.

இந்தச் சம்பவம் அய்யங்காளிக்கு வெட்கத்தையும், அவமானத்தையும் தோற்றுவித்தது. அது அவனுடைய கௌரவத்தையும், சுயமரியாதையையும் குலைத்தது. அவன் வியர்வையில் குளித்தான். கால்கள் மரத்துவிட்டன. அவன் தன்னிலை பெற சில மணித்துளிகள் வேண்டிவந்தன. ஓர் உறுதியான தீர்மானத்துடன் அவன் அங்கிருந்து சென்றான்; அதனுடைய பலனாய் கேரள சரித்திரத்தின் எதிர்காலமே மாற்றத்திற்குள்ளாகியது.

அவமானத்தால் மனம் காயம் பட்டதாலும், மேல் சாதிக்காரர்களுடைய நடவடிக்கைகளாலும் அய்யங்காளியின் இதயம் கடல் போல் ஆர்ப்பரித்தது. குழப்பமான பல யோசனைகளுடன் அவன் வீட்டையடைந்தான். அங்கு அவனுடைய அம்மா அப்பாவினுடைய குற்றச்சாட்டுகளும், திட்டுகளும்தான் அவனை வரவேற்றன. அவன் வீட்டை அடைவதற்கு முன்பே அந்தச் செய்தி அவன் வீட்டிலிருந்தவர்களை அடைந்திருந்தது. மேல்சாதிக்காரனிடமிருந்தும், சொந்த அப்பா, அம்மாவிடமிருந்தும் தனக்குக் கிடைத்த கண்டனமும், குற்றஞ்சாட்டலும் அவன் மனதில் பெரும் மாற்றத்தை ஏற்படுத்தியது. அது அவனுடைய வாழ்க்கையில் ஒரு பெரும் திருப்பமாயிருந்தது.

பல நாட்கள் அவன் மற்றவர்களிடமிருந்து விலகி ஒரு செவிடனைப் போலக் காணப்பட்டான். எந்தவிதக் குறுக்கீடுமின்றி அமைதியாக இருக்க விரும்பினான். தன் வீட்டிற்கருகிலுள்ள, முந்திரி மரங்கள் நிறைந்திருந்த தோட்டத்தின் நடுவிலிருந்த ஒரு பாறையின் மீது எப்பொழுதும் அவன் தனிமையில் அமர்ந்திருப்பதைக் காண முடிந்தது. விவரிக்க முடியாத ஏதோவொன்றை அவனுடைய மனம் தேடி அலைந்து கொண்டிருந்தது. ஒவ்வொரு மணித்துளியும் அவனுடைய முகபாவம் மாறிக் கொண்டிருந்தது. பிரச்சனைக்குத் தகுந்த தீர்வைக் கண்டுவிட்டதைப் போல, அய்யங்காளியை ஒரு புதிய மனிதனாக்கியுள்ளதை அது தெளிவுபடுத்தியது.

எல்லா இடங்களிலும் மனிதர்கள் ஒருவருக்கொருவர் சாதி வித்தியாசம் என்னும் பெயரில் பிரிந்து நிற்பதையும் அடித்துக் கொள்வதையும் அவன் பார்த்தான். சமூகத்தில் காணப்படும் அநீதிகளையும், இகழ்ச்சிகளையும், நாசங்களையும் அவனால் சகித்துக்கொள்ள முடியவில்லை. இப்படிப்பட்ட சமூக அநீதிகளை எப்படித் துடைத்தெறிவது என்பதைப்பற்றி உபதேசம் செய்யவும் அறிவுரை கூறவும் யாரும் இருந்திருக்கவில்லை. (இந்தியாவில் தலித்துகளினுடைய படைத்தலைவனான அம்பேத்கர் 1891இல் பிறக்கும்பொழுது அய்யங்காளி கேரளாவில் காணப்பட்ட

பாரபட்சங்களுக்கும், தீண்டாமைக்கும் பிற நேர்மையற்ற நடத்தைகளுக்கும் எதிராக சமூக போராட்டக்களத்தின் முன்வரிசையில் நின்றிருந்தார்.)

அய்யங்காளியுடைய காலம்வரை சீர்திருத்தவாதிகள் அல்லது தலைவர் பதவியை அலங்கரித்துக் கொண்டிருந்த பல 'மகான்களும்' தீண்டாத்தகாதவர்களையும், அடித்து உதைக்கப்பட்ட அடிமைகளையும் கவனித்ததே இல்லை.

அந்தக் காலத்தில் நாட்டினுடைய முக்கிய உற்பத்தியாளர்களான தீண்டத்தகாதவர்கள் மூடநம்பிக்கைகளுக்கும் மேல் மற்ற சமூக ஆசாரங்களுடைய சங்கிலிகளாலும் பிணைக்கப்பட்டிருந்தனர். அவர்கள் சமூகத்தால் அவமதிக்கப்பட்டவர்களாகவும், பணம் இல்லாததால் தரித்திரர்களாகவும், மேல்சாதிக்காரர்களுடைய அடிமைகளாகவும் வேலைக்காரர்களாகவும் இருந்தனர். தலித்துகள் புது ஆடைகள் அணிவது சட்டத்திற்குப் புறம்பானதாயிருந்தது மட்டுமல்ல தெய்வக் குற்றமும் ஆகும். அதனால், அணிந்திருக்கும் புத்தாடைகள் அழுக்கானவை என்று தோன்றுவதற்காக அவர்கள் சமையல் பாத்திரங்களின் மீது ஆடைகளைத் தேய்த்து கரி படியச் செய்து கொள்வார்கள்.

தரித்திரத்தினுடையவும், சமூக பாரபட்சத்தினுடையவும், தளையில் சிக்கி முனகிக் கொண்டுள்ள, அறியாமை இருளில் மூழ்கி தப்பித்தடுமாறிக் கொண்டுள்ள மனதுகளில் ஒரு புத்துணர்வைத் தோற்றுவிக்க அய்யங்காளி சிரமமான முயற்சியில் ஈடுபட்டார். அம்மக்களினுடைய மனதுகளில் கண்ணியத்தையும், சுயமரியாதையையும், தன்னம்பிக்கையையும், அறிவையும் புகட்ட அவர் ஆசைப்பட்டார். அடிமைப்பட்டுக் கிடப்பவர்களுடைய பரிதாபகரமான நிலைமையை மேம்படுத்த வேண்டுமென்ற அடங்கா ஆவலால், நாடு முழுவதும் நடைபயணம் மேற்கொண்டார். அது தங்கள் உரிமைகளுக்காகவும், அடிமைப்படுத்திக் கொண்டிருப்பவர்களுக்கும், அதிகாரம் செய்து கொண்டிருப்பவர்களுக்கும் எதிராகப் போராடிக் கொண்டுள்ள மனிதர்களிடமிருந்து கட்டளையை எதிர்பார்க்க அவரைத் தூண்டியது.

அந்தக் காலத்தில் திருவனந்தபுரத்தில், சந்நியாசியாக வாழ்ந்து கொண்டிருந்த ஒரு மனிதன் இருந்தார். அவர் ஆங்கிலேயர்களுடைய உதவியுடன் கல்விகற்கவும், அரசாங்கத்தில் வேலை தேடிக் கொள்ளவும் செய்தார். பிரிட்டிஷ் அரசாங்கம் அவரை

ஆதரிக்கவும், மதிக்கவும் செய்தது என்றாலும், பிறப்பில் அவர் தமிழ் பறைய சாதியைச் சேர்ந்தவர் என்பதால் இந்துக்கள் அவரைத் தீண்டத்தகாதவனாகத்தான் பார்த்தார்கள். அவர் பெயர் 'தைக்காட்டு அய்யாசுவாமி'. அவர் நாராயணகுருவினுடையவும் குஞ்ஞன்பிள்ள சட்டம்பிசுவாமிகளுடைய குருவாகவும் இருந்தார். அந்தக் காலத்தில் திருவிதாங்கூரை ஆண்டு வந்த சிறீமூலம் திருநாள் மகாராஜாவினுடைய நெருங்கிய நண்பராய் இருந்தார். அய்யாசுவாமியினுடைய சீடராக இருந்தாரென்றாலும் அய்யங்காளிக்கு அவருடைய மத நம்பிக்கைகளின் மீது உடன்பாடிருந்திருக்கவில்லை. அதனால், அய்யாசுவாமி அய்யாங்காளியுடைய சமூக சேவையை தீண்டாமைக்கும் கேவலமான சாதிக் கொடுமைக்கும் எதிராகத் திருப்பிவிட்டார்.

சமூக சமத்துவத்திற்கு ஒரு சக்தி வாய்ந்த அடித்தளம் அமைக்கும்வரை தான் மேல் சாதிக்கார நண்பர்களுடன் சேர மாட்டேன் என்று அய்யங்காளி தன் குருவின் முன்னிலையில் உறுதி பூண்டார். சாதி என்னும் கொடிய பாம்பினுடைய தலையை வெட்டியெறிய அவர் ஆசைப்பட்டார்.

தீண்டத்தகாதவர்களுக்கு சொந்தமாய் எந்தவொரு மதமும் இருந்திருக்கவில்லை. திராவிட முறையிலான வழிபாட்டு முறைதான் அவர்களுக்கு என்றிருந்தது. கள், சாராயம், அரிசிப் பொடி, கோழி ஆகியவற்றை தன் முன்னோர்களை திருப்திப்படுத்துவதற்காக அவர்கள் சமர்ப்பித்துக் கொண்டிருந்தார்கள். இறந்து விட்ட முன்னோர்களோ, அலைந்து திரியும் துர்பூதங்களோதான் தங்கள் நோய்களுக்குக் காரணம் என்று அவர்கள் கருதியிருந்தார்கள். நோயால் பாதிக்கப்பட்டிருந்த பொழுது உன்னத வைத்தியனைக் குறித்து சிந்திப்பதே தெய்வக் குற்றம் என்று கருதியிருந்தார்கள். அதற்குப் பதில் ஆதிவாசி சோதிடனும் வைத்தியனுமான 'வேலத்தானெ' வைத்தான் காண வேண்டியிருந்தது. இப்படிப்பட்ட சமூகச் சூழ்நிலையில் வாழ்ந்து கொண்டிருந்தவர்களை சதுர்வர்ணத்திற்கு அப்பாற்பட்டவர்கள் என்பதால் ஆரம்பக் கணக்கெடுப்பின் படி குற்றவாளிகளுடைய பட்டியலில் சேர்த்திருந்தார்கள். பிராமண அவதாரங்களுக்கு முன்னுரிமை கொடுத்திருந்தவர்கள் -ஜைன மதத்தவரோ, புத்த மதத்தவரோ- அந்நிய மதத்தைச் சேர்ந்தவர் யாராக இருந்தாலும் தலித்துகளை இந்துக்களாகக் கருதியிருக்கவில்லை. ஆனால், அய்யங்காளியினுடைய காலத்தில் தீண்டத்தகாதவர்களை இந்துக்களினுடைய பட்டியலில் சேர்த்துக் கொண்டார்கள் என்றாலும், இந்துக்களுக்குண்டான

அனைத்து உரிமைகளும் அவர்களுக்குக் கொடுக்க மறுத்து விட்டிருந்தார்கள். இந்துக்களினுடைய வாழ்க்கை அனைத்து சுகபோகங்களுடன் மகிழ்ச்சியாய் கழிந்து கொண்டிருக்கும் பொழுது அடிமைப்படுத்தப்பட்டிருந்த தலித்துகள் தங்களுக்குள் போராடிக் கொண்டிருக்கிறார்கள் என்பதை அய்யங்காளி புரிந்து கொண்டார்.

அய்யங்காளியினுடைய இதயம் அமைதியிழந்திருந்தது. அவருடைய சிந்தனை முழுவதும் தன் மக்களைப் பற்றியதாகவே இருந்தது. தன் சொந்த வாழ்க்கையைப் பற்றிச் சிந்திக்காமல் எப்பொழுதும் ஓய்வில்லாமல் உழைக்கக் கூடியவராய் ஆனார். தங்களுடைய மகனை மனப் போராட்டத்திலிருந்து வெளிக்கொண்டு வருவதற்காக அவருடைய பெற்றோர் 1888ஆம் ஆண்டில் அவருக்கு மச்சாங்குழியைச் சேர்ந்த செல்லம்மாவைத் திருமணம் செய்து வைத்தார்கள். திருமணத்திற்குப் பிறகு அவர்கள் தெற்கேவிளயி என்ற ஊருக்குக் குடிபெயர்ந்து விட்டார்கள். அவர்களுக்கு நான்கு ஆண் குழந்தைகளும் (பொன்னு, செல்லப்பன், கொச்சுகுஞ்ஞு, சிவதாணு) ஒரு பெண் குழந்தை (தங்கம்மா)யும் பிறந்தன. கேரள சட்டசபையினுடைய ஸ்பீக்கராகவும், பிறகு ஏக்டிங் ஸ்பீக்கராகவும் இருந்த டி. கேசவன் சாஸ்திரியைத்தான் தங்கம்மா திருமணம் செய்து கொண்டிருந்தாள்.

2

சமுதாயப் பணிகளில் ஈடுபடல்

தாழ்த்தப்பட்ட பிரிவைச் சேர்ந்த நண்பர்களுடன் அய்யங்காளி இணைந்து செயல்பட்டார். தனக்கு ஏற்பட்ட அவமரியாதையின் கசப்பான அனுபவங்களை அவர்களுக்குப் புரிய வைத்தார். அவர்களுடைய முன்னேற்றத்திற்கு முக்கியத் தடையாய் இருப்பது தீண்டாமைதான் என்பதை அவர்களுக்குப் புரிய வைத்தார். மக்கள் ஒன்றிணைந்து நின்றால் மட்டுமே இதிலிருந்து விடுதலை பெற முடியும். ஏழைகள் மற்றும் தீண்டத்தகாதவர்களுடைய ஒற்றுமை தான் மிகப்பெரிய பலம் என்பதை அவர்கள் புரிந்து கொண்டார்கள். துவக்கத்தில் சரியான பாதையில் அவர்களை வழிநடத்த யாரும் இருந்திருக்கவில்லை. அநீதிகளுக்கு எதிராக அவர்கள் சத்தமாய் குரல் கொடுக்கத் துவங்கியதால் மேல் சாதிக்காரரர்கள் அவர்களை 'அவதூறு' பேசுபவர்கள் 'அயோக்கியர்கள்' என்றெல்லாம் கூறினார்கள்.

நடைமுறையிலிருந்த சமூகநீதி தாழ்த்தப்பட்ட மக்களை கல்வி கற்கக் கூடாது என்பதற்கும் மேல் எழுத்தறிவு பெறுவதுகூட தடைசெய்யப்பட்டிருந்தது. அதனால் நூற்றாண்டுகளாய் எழுத்தறிவில்லாதவர்களாகவே வாழவேண்டிய சூழ்நிலைக்குத் தள்ளப்பட்டிருந்த அவர்கள் அடிமைகளாகவும் வேலைக்காரர்களாகவும் மாறினார்கள். கருத்துகளை உறுதியுடனும், தெளிவாகவும் எடுத்துரைக்கும் திறமை அய்யங்காளியிடமிருந்தது. இருந்தாலும் இந்தியாவில் நிலவி வந்த சமூக நியமங்களால் அவருக்குப் பள்ளிக்கூடத்தில் இடம் கிடைத்திருக்கவில்லை. அதனால், அடிப்படைக் கல்வியைக்கூட அவரால் பெற முடியவில்லை.

சாதிக் கொடுமையெனும் நுகத்தடியில் சிக்கித் தவித்துக் கொண்டிருப்பவர்களை எப்படி விடுதலை செய்வது என்று

அவர் யோசித்தார். பள்ளிக் கூடங்களில் அவர்கள் சேர்வதற்கான சுதந்திரமிருந்திருக்காததால் தாழ்த்தப்பட்டவர்கள் பொது நிறுவனங்களில் வேலை செய்வதும் விலக்கப்பட்டிருந்தது. வீடு கட்டுவதற்குத் தேவையான இடம், விவசாய நிலம், கால்நடைகள் போன்ற எதையும் வைத்துக்கொள்ள அவர்களுக்கு அனுமதியிருந்திருக்கவில்லை. அவர்களுடைய நிலச்சுவான்தார்களின் தயவால் கட்டப்பட்டிருந்த குடிசைகள் மட்டுந்தான் அவர்களுடைய ஒரே சொத்து. அவர்களுடைய வயிறை நிறைக்கக்கூட போதுமான கூலி கொடுக்காமல் நிலச்சுவான்தார்கள் அவர்களை அடிமைகளும் வேலைக்காரர்களுமாக்கிக் கொண்டார்கள். அப்படி, கடின உழைப்பாளிகளான இந்தத் தொழிலாளர்கள் தங்கள் வாழ்க்கை முழுவதும் அரைப்பட்டினியுடனேயே வாழும் கட்டாயத்துக்கு ஆளானார்கள். சாதிக் கட்டுப்பாடுகளை அனுசரித்து தாழ்த்தப்பட்ட மக்களுக்கு எந்தவொரு மனித உரிமை பெறவும் அருகதையிருந்திருக்கவில்லை. அவர்களுக்கு ஒரேயொரு உரிமை மட்டுமேயிருந்தது. அது, எந்தப் பிரதிபலனும் இல்லாமல் வாழ்க்கை முழுவதும் கடினமாய் உழைப்பதற்கான 'உரிமை'. அவமானப்படுத்தப்பட்டும், கேவலப்படுத்தப்பட்டும் அடிமைப்படுத்தப்பட்டும் பயத்துடன் அவர்கள் வாழ்ந்து கொண்டிருந்தார்கள்.

சமூகத்தில் சமத்துவம் இல்லாமல் இப்படிப்பட்ட வேறுபாடுகளைப் பார்த்த அய்யங்காளி பொறுமையிழந்து விட்டிருந்தார். சமூகத்தினுடைய முன்னேற்றத்திற்கு பங்கம் விளைவிக்கும் அனைத்தையும் தைரியத்துடன் எதிர்த்து நிற்பதை அவர் தன் வாழ்க்கையின் லட்சியமாய் மேற்கொண்டார்.

பொதுவழிகள் என்பது மனிதன் நடப்பதற்கானதாகும். அப்படியிருக்கும் பொழுது தாழ்த்தப்பட்டவர்களும் அதில் நடக்க வேண்டும். அப்படி அதில் நீண்ட தூரம் நடப்பது என்பதும் அவ்வளவு எளிதானதல்ல. அந்தக் காலத்தில் பயணம் செல்வதற்கு சாதாரணமாய் மாட்டுவண்டிகள் மட்டுமே பயன்பாட்டில் இருந்தன. ஆனால், அந்த வண்டிகளில் தாழ்த்தப்பட்ட மக்கள் பயணம் செய்வது தடை செய்யப்பட்டிருந்தது. இதை எதிர்த்துக் கேள்வி கேட்க அய்யங்காளி தைரியமாய் முன்வந்தார். அவர் ஒரு வண்டியையும் ஆரோக்கியமுள்ள இரண்டு வெள்ளைக் காளைகளையும் வாங்கினார். துணியால் தனக்கென்று ஒரு தலைப்பாகையையும் தைத்துக் கட்டிக் கொண்டார். 1898ஆம் ஆண்டு ஒரு விடியற்காலை நேரத்தில் அய்யங்காளியை சுமந்து கொண்டிருந்த வில்வண்டி தடை செய்யப்பட்டிருந்த வீதியில், சாதிக்

கட்டுப்பாடுகளுக்கு அறைகூவல் விட்டுக்கொண்டு பயணத்தைத் துவங்கியது.

எதிரிகள் அந்த 'சட்டத்தை மீறியவனை' சங்கிலியில் பிணைக்க பயங்கரக் கோபத்துடன் வண்டியின் முன்வந்து நின்றார்கள். அய்யங்காளி தனியாளாய் இருந்தார். அவருடைய மனோதைரியம் பிரசித்தி பெற்றதாயிருந்தது. தாழ்த்தப்பட்டவர்களுடைய பிறப்புரிமையை நிலைநிறுத்துவதற்காகத் தன் உயிரையே பணயம் வைக்க அவர் தயாராயிருந்தார். எதிரிகளை தைரியமாய்த் தோற்கடித்து அந்த சாலியா தெருப் போராட்டத்தில் அவர் வெற்றி பெற்றார்.

அன்றுமுதல் அவருடைய நடவடிக்கைகளை மேல்சாதிக்காரர்கள் ஒன்று விடாமல் கவனிக்கத் துவங்கினார்கள். வில் வண்டிப் பயணத்தில் துவங்கிய போராட்டம் விடுதலைக்கான தொடர் போராட்டங்களுக்கு வழிவகுத்தது.

முதல் முறையாய்க் கிடைத்த இந்தப் புகழ்பெற்ற வெற்றியின் பலனாய் வெங்கானூர் கிராமத்திலும் சுற்றுப்புறக் கிராமங்களில் உள்ளவர்களும் தங்களுடைய தலைவர் அய்யங்காளிதான் என்பதை அடையாளம் கண்டுகொண்டார்கள். தாழ்த்தப்பட்ட பிரிவினரிடையே காணப்பட்ட உபசாதிகளைப் பற்றி அவர் குழப்பமடையவில்லை. சமூகத்தில் பலமற்றவர்களும், கசக்கிப் பிழியப்பட்டுக் கொண்டிருப்பவர்களுமான அனைத்து மனிதர்களும் அவருடைய பார்வையில் ஒரே சாதியைச் சேர்ந்தவர்களாய்த்தான் தோன்றினார்கள். தன் சொத்துகள் முழுவதையும் அய்யங்காளி தாழ்த்தப்பட்ட மக்களுக்களின் நலனுக்காகச் செலவிட்டார்.

அய்யங்காளியுடைய தொண்டர்களை 'அய்யங்காளியினுடைய படை' என்று அழைத்தார்கள். அவர்களுடைய பிறப்புரிமையான 'பொதுவழி உபயோகித்தல்' என்பதை நடைமுறைப் படுத்துவதற்காக 1898இல் வெங்கானூர் முதல் ஆராலும்மூடு வரையுள்ள பொதுவழியில் அய்யங்காளியினுடைய தலைமையில் ஒரு பயணம் மேற்கொள்ளப்பட்டது. கொடுமைக்காரர்கள் தாழ்த்தப்பட்டவர்கள் மீது ஒரு பொழுதும் இரக்கங்காட்ட மாட்டார்கள் என்பது அய்யங்காளிக்குத் தெரியும். கொடுமையை அனுபவித்துக் கொண்டிருப்பவர்கள் தங்களுக்காகப் போராடவில்லையென்றால், கொடுமைப்படுத்துபவர்கள் பரிதாபப்பட்டு மனமிளகி அவர்களுடைய மனோபாவத்தில் மாற்றமுண்டாகும் என்று அவர் என்றுமே நம்பியிருந்ததில்லை.

அதனால்தான் அவர் இந்த நடைப் பயணத்தை மேற்கொள்ளத் தீர்மானித்தார்.

தலித்துகள், போராட்டக் களத்திலிருந்து பின்வாங்கியிருக்கவில்லை. அவர்களுடைய ரத்தம் ஒழுகி வீதிகள் நனைந்தன. அங்கு நின்றுகொண்டு அய்யங்காளி தன் ரத்தம் சிந்தும் கைகளை உயர்த்தி பொது வீதிகளை பயன்படுத்துவதற்கான சுதந்திரம் எங்களுக்கும் உள்ளது என்று சத்தமாய் அறிவித்தார். இந்தப் போராட்டத்தைப் பற்றிய செய்திகள் அனைத்துப் பகுதிகளிலுமுள்ள தலித்துகளின் காதுகளை அடைந்தன. அவர்கள் மிகுந்த வீரத்துடனும் மன ஊக்கத்துடனும் சுதந்திரத்திற்காகப் போராடினார்கள். நாடு முழுவதும் போராட்டங்கள் துவங்கின. அதன் பலனாய் தென் கேரளத்தின் பல பகுதிகளில் ரத்தம் சிந்திய போராட்டங்கள் நடைபெற்றன.

அய்யங்காளி பிரசங்கம் செய்வதோடு நிறுத்திக் கொள்ளாமல் திட்டம் வகுத்து செயல்படவும் செய்தார். ஒரு செயல்திறன் மிக்க மனிதன் என்னும் நிலையில் தாழ்த்தப்பட்டவர்களுடைய இணையற்ற தலைவனாய் அவர் ஏற்றுக் கொள்ளப்பட்டார்.

3

தீண்டத்தகாதவர்களுடைய ஐக்கிய முன்னணி

இந்து மதத்தினுடைய மனுஸ்மிருதியின் படி கீழ்சாதிக்காரர்கள் எழுதப்படிக்கத் தெரிந்து கொள்வதும் அறிவு பெறுவதும் தடைசெய்யப்பட்டிருந்தது. புரோகிதர்கள் ஓதும் வேத மந்திரங்களையும், சுலோகங்களையும் அவர்கள் காதால் கேட்பது கூட விலக்கப்பட்டிருந்தது.

அய்யங்காளியுடைய உதயம் இந்த அடிமைகளுடைய விடுதலைக்கும் தீண்டத்தகாதவர்களுடைய விடுதலைக்கும் காரணமாகியது. இந்த மக்களினுடைய விடுதலைக்கான ஒரேவழி அவர்களுக்குப் படிப்பறிவது வழங்குவதுதான். தீண்டத்தகாதவர் என்பதனால்தான் அவருக்கு அந்த வாய்ப்பு வழங்கப்பட்டிருக்கவில்லை. தனக்கு மறுக்கப்பட்ட அந்த உரிமை வரும் தலைமுறைக்கும் மறுக்கப்பட்டு விடக் கூடாது என்று அவர் உறுதி பூண்டார்.

இவ்வளவு காலமும் தீண்டத்தகாதவர்கள் அனைத்துத் துறைகளிலிருந்தும் விலக்கப்பட்டிருந்தார்கள். அரசாங்க வேலைகள் எதிலும் அவர்கள் சேரும் உரிமை மறுக்கப்பட்டிருந்தது. தேவைக்கு ஏற்ற கல்வியறிவு இல்லாத நிலையிலும் நூறு சதவீத ஒதுக்கீடும் மேல்சாதிக்காரருடையதாயிருந்தது. ஒரு சதவீத ஒதுக்கீடுகூட தீண்டத்தகாதவர்களுக்கு அனுமதிக்கப்படவில்லை என்பதுதான் மிகவும் பரிதாபகரமானது. (இந்தியா குடியரசு நாடானதற்குப் பிறகு கேரளாவில் 10 சதவீதம் மட்டுந்தான் ஒதுக்கீடு வழங்கப்பட்டது. அதன் மூலம் 90 சதவீத ஒதுக்கீடு மற்ற சாதிக்காரர்களுக்குக் கிடைத்தது.) அதன் பொருள் தீண்டக்தகாதவர்கள் நூற்றுக்கணக்கான ஆண்டுகளாய் இழந்து கொண்டிருப்பவர்கள் என்பதுதான். அரசாங்கப் பணிகளிலிருந்து அவர்கள் விலக்கப்பட்டிருந்தார்கள்.

அதற்குக் காரணம் போதுமான கல்வியறிவின்மையும் சாதிப் பிரிவினைகளும்தான் என்பதை அய்யங்காளி புரிந்து கொண்டார்.

மற்றவர்கள் வாழ்வதைப் போலவே தாங்களும் வாழ்வதற்கான உரிமையைக் கேட்டுப் பெறுவதற்காக அவர்கள் பெற வேண்டியது கல்வியைத்தான் என்பது அய்யங்காளிக்குப் புரிந்தது. அரசுப் பள்ளிக் கூடங்களிலாவது அவர்களுக்கு அனுமதி கிடைக்க வேண்டுமென்று அய்யங்காளி விரும்பினார். தீண்டாத்தகாதவர்கள் கல்வி கற்பதைத் தடை செய்திருந்த மேல்சாதிக்காரர்கள்தான் அது போன்ற கல்வி நிறுவனங்களை நடத்திக் கொண்டிருந்தது என்பது தீண்டத்தகாதவர்களின் பாக்கியக் குறைவு. கல்வி நிறுவனங்களில் நுழைந்தால் தங்களுடைய நெல் வயல்களிலும் தோட்டங்களிலும் வேலை செய்யும் ஆட்களின் எண்ணிக்கை குறைந்துவிடுமென்றும் அதனால் தாங்கள் ஏழைகளாகி விடுவோமென்றும் அவர்கள் பயப்பட்டார்கள்.

போதுமான கல்வித் தகுதியில்லாத காரணத்தினால் அரசாங்கப் பணிகளில் சேர தீண்டத்தகாதவர்கள் தகுதியற்றவர்களாயிருந்தனர். கிறித்துவர்களின் உதவியால் கல்வி கற்றிருந்தவர்களுக்கும் அரசுப் பணிகளில் அனுமதி கிடைக்கவில்லை.

அவர்கள் சொந்தமாக நிலம் வாங்குவது தடை செய்யப்பட்டிருந்ததால் அவர்கள் சொந்தமாய் விவசாயம் செய்வதற்கு நிலமற்றவர்களாயிருந்தார்கள்.

அடர்ந்த வனத்தால் சூழப்பட்டிருந்த கேரள பூமியை அதனுடைய இயற்கைத் தன்மை மாறாமல் அவர்கள் விவசாய நிலங்களாக மாற்றியிருந்தனர். பிற்காலத்தில் மேல்சாதிக்காரர்கள் என்று சொல்லப்பட்டவர்கள் அந்த நிலங்களைக் கைப்பற்றி தங்கள் சொந்தமாக்கிக்கொண்டு அந்நிலத்திற்குச் சொந்தமான மக்களை அடிமைகளாக மாற்றிக் கொண்டனர்.

தாழ்த்தப்பட்ட மக்களுக்கு கல்வியறிவு புகட்டுவதற்காக ஆரம்பப் பள்ளிக் கூடங்களைத் துவங்க அய்யங்காளி தீர்மானித்தார். 1904இல் வெங்கானூரில் முதல் பள்ளிக் கூடத்தைத் துவங்கினார். துவங்கப்பட்ட அன்றே மேல்சாதிக்காரர்கள் அந்தப் பள்ளிக் கூடத்தை இடித்துத் தீ வைத்துக் கொளுத்திவிட்டார்கள். அதன் பின்விளைவு மிகவும் மோசமானதாயிருந்தது. இரு பிரிவினருக்குமிடையில் துவங்கிய மோதல்கள் விரும்பத் தகாத நிகழ்ச்சிகளுக்கும், அமைதியின்மைக்கும் காரணமாயின. அதனுடைய பலனாய், மக்களின் உரிமைகளுக்காகப் போராடிக்

கொண்டிருந்தவர்கள் அய்யங்காளியுடன் இணையத் தொடங்கினார்கள். கல்விபெறும் உரிமை விலக்கப்பட்டிருந்ததால் நிராசையடைந்த தீண்டத்தகாத மக்கள் கிறித்துவ மதத்தவர்களுடைய பாளையங்களுக்குப் போனார்கள். புதிய மதத்தைத் தழுவ விரும்பினார்கள். 'மதமாற்றம்' என்னும் சொல் இங்கு பொருத்தமாயிருக்காது. ஏனெனில், முன்பு தீண்டத்தகாதவர்களாகக் கருதப்பட்டவர்களுக்கு எந்தச் சாதியும் இல்லாததனால் மதமாற்றம் என்ற பேச்சுக்கே இடமில்லை. புத்த மதத்தினரையும், ஜைனமதத்தினரையும் காணும் வரையில் சுதேசிகளான இந்தியர்கள் பல நூற்றாண்டுகளாய் மதமற்றவர்களாகத்தான் வாழ்ந்து கொண்டிருந்தார்கள்.

'ரிஷிகளின் இந்தியா'வில் இந்து மதச் சாதிகள் தீண்டத்தகாதவர்களை இந்துக்களாக அங்கீகரித்திருக்கவில்லை. ரிக் வேதத்தில் புருச வேத வாக்கியத்தில் குறிப்பிட்டுள்ளபடி அவர்கள் சதுர்வர்ணத்திற்கு அப்பாற்பட்டவர்கள். தீண்டத்தகாதவர்கள் இந்துக்களாயிருந்திருந்தார்கள் என்றால் கோயிலுக்குள் நுழைவதற்கான கேள்வியின் அவசியமே ஏற்பட்டிருந்திருக்காது. மதத்தினுடைய காரியத்தில் இந்து சாதியினர்க்கு தீண்டத்தகாதவர்களும், கிறித்துவர்களும், முஸ்லிம்களும் ஒரே போலத்தான் என்று இந்திய சரித்திரம் சொல்கின்றது.

பாக்கியமில்லாத தீண்டத்தகாதவர்கள் கிறித்துவ மதத்தையோ புத்த மதத்தையோ இஸ்லாம் மதத்தையோ தழுவியிருந்தது அந்த மதங்களின் மீதிருந்த நம்பிக்கையினாலல்ல. அவர்களுக்கு எதிராக நிலைபெற்றிருந்த இந்து மதக் கோட்பாடுகளுக்கு எதிர்ப்புத் தெரிவிப்பதற்காகத் தானே தவிர விரும்பியல்ல. இதை வேறொரு விதமாகச் சொன்னால் இந்துக்கள் (அவர்களுடைய கெட்ட செயல்களால்) தலித்துகளை மற்ற மதங்களின் கைகளில் தூக்கி எறிந்து கொண்டிருந்தார்கள்.

இந்துமத சந்நியாசியாயிருந்த சதானந்த சுவாமி, இந்துவினுடைய எல்லையையும் அதில் பதுங்கியிருக்கின்ற ஆபத்தையும் புரிந்துகொண்டு மேல் சாதிக்காரர்களுக்கு சரியான சமயத்தில் உபதேசம் அளித்தாரென்றாலும் அது பயனற்றதாகி விட்டது.

சதானந்த சுவாமியுடைய காலத்தில் அய்யங்காளியும் அவருடைய சீடர்களும் வெங்கானூர் முதல் திருவனந்தபுரம் வரை நடைப் பயணம் நடத்தி தங்களுக்கும் பாதையில் நடக்கும் சுதந்திரம் உள்ளது என்பதை வெளிப்படுத்தினர். அவ்வாறு பொதுவழியை அசுத்தப்படுத்தியதற்காக, அவர்கள் திரும்பி வரும்பொழுது எதிரிகள்

கொடிய மிருகங்களைப் போல ஆயுதங்களால் அவர்களைத் தாக்கினார்கள். மல்யுத்த வீரனைப் போல அய்யங்காளி அந்தப் போராட்டத்தில் வெற்றி பெற்றார்.

அய்யங்காளியுடன் சேர்ந்து செயல்பட்டுக் கொண்டிருந்த தாமஸ் வாத்தியாரும் ஹாரிஸ் வாத்தியாரும் தங்களுடைய அனுபவங்களில் இருந்து பாடம் படித்துக்கொண்டு 1907இல் தீண்டத்தகாத இந்துக்களையும் கிறித்துவர்களையும் ‘சாது ஜனபரிபாலன சங்கத்’தினுடைய கொடியின் கீழ் ஒன்றிணைத்தனர். தீண்டத்தகாதவர்களுடைய உரிமைகளைப் பெறுவதற்காக இந்த அமைப்பு சிரமமிகுந்த முயற்சிகளை மேற்கொண்டது. தங்கள் மக்கள் மீது கொஞ்சமாவது கடமையுணர்வு கொண்டிருந்தவர்கள் பணம் மற்றும் உடல் உழைப்பு மூலம் அந்த அமைப்பிற்கு உதவ வேண்டியதன் முக்கியத்துவத்தைப் புரிந்து கொண்டிருந்தனர். அவ்ர்களுடைய உறுதியான நிலைப்பாடுகளாலும் மிகுந்த கோபத்துடனான செயல்பாடுகளாலும் கடினமான முயற்சிகளினாலும் 1907இல் தீண்டத்தகாதவர்களுக்கு பள்ளிக் கூடங்களில் அனுமதி வழங்கும் வரலாற்றுச் சிறப்புமிக்க தீர்மானத்தை எடுக்க வேண்டிய நிலைமைக்கு அரசாங்கம் தள்ளப்பட்டது. அரசாங்க அதிகாரிகளனைவரும் மேல்சாதியைச் சேர்ந்தவர்களென்பதால் 1907இல் இந்த உத்தரவு மறைத்து வைக்கப்பட்டிருந்தது.

பள்ளிக் கூடத்தில் சேர்வதற்கான தீண்டத்தாக மக்களினுடைய தேவை வெறும் கனவாயிருந்தது. இதற்கு பதிலடி கொடுக்க அய்யங்காளி தீர்மானித்தார். நிலச்சுவான்தார்களின் செல்வத்தைப் பெருக்குவதற்காக வியர்வையைச் சிந்தி மண்ணைப் பொன்னாக்கிக் கொண்டிருந்த மக்களிடம் இதைப் பற்றிச் சொன்னார். கருணையில்லாத நிலச்சுவான்தார்கள், தாழ்த்தப்பட்ட இம்மக்களுடைய இந்த மகத்தான சேவைக்கு பிரதிபலனாய் அவர்களுடைய நியாயமான உரிமைகளைக்கூட கொடுக்க மறுத்தனர்.

கண்மூடித்தனமான நம்பிக்கைகளுடையவும் சமூக அநீதிகளுடையவும் நுகத்தில் சிக்கி இருளில் மூழ்கிக் கிடந்த, அடிமை வாழ்க்கைக்கும் அவமானத்திற்கும் ஆளாகிக் கொண்டுள்ள மனிதர்களுடைய உயிர்த்தெழல் நிவாரணம் செய்ய முடியாததாயிருந்தது. கடினமாய் உழைத்துக் கொண்டுள்ள வர்கத்தினுடைய பலம் என்னவென்று தெரியப்படுத்தியபடி எதிராளிகளைப் பழிவாங்க வேண்டுமென்று அய்யங்காளி தீர்மானித்தார்.

4

பள்ளிக் கூடத்தில் நுழைவதற்கான துவக்கம்

1907க்குப் பிறகு கல்விகற்கும் சுதந்திரத்திற்கான போராட்டம் திரும்பவும் துவங்கப்பட்டது. கடைசியில் 1910இல் அரசாங்கம் தீண்டத்தகாதவர்கள் பள்ளிக் கூடத்தில் சேர்வதற்கான உத்தரவை அறிவித்தது. ஆனால் அரசு உதவி பெறும் பள்ளிக்கூட நிர்வாகிகள் தாழ்த்தப்பட்ட மக்களை, அந்தப் பள்ளிக் கூடங்களில் சேர அனுமதிக்கவில்லை. *'சுதேசாபிமானி'* பத்திரிக்கையினுடைய ஆசிரியராயிருந்த கெ. ராமகிருஷ்ணபிள்ளை கூட மேல்சாதிக்காரர்களுடன் சேர்ந்துகொண்டு அரசாங்கத்துடைய உத்தரவுக்கு எதிராக பெரும் எதிர்ப்பைத் தெரிவித்தார். இந்த உத்தரவை எதிர்த்து அவர் அப்பத்திரிக்கையின் தலையங்கத்தில் எழுதியது:

> குழந்தைகள் அனைவரும் பாரபட்சமில்லாமல் ஒரு வகுப்பில் ஒன்றாக அமர்ந்து கல்விகற்பதற்காக சமூக வாழ்க்கை அமைப்புகளில் எந்தவொரு உரிமையுமில்லாத, சாதி நிபந்தனைகள் எதற்கும் கட்டுப்படாதவர் சமத்துவத்தைப் பற்று வாதிப்பதில் எந்தவொரு விவேகமும் இருப்பதாக எங்களுக்குத் தெரியவில்லை. பல தலைமுறைகளாய் முன்னால் நிற்கும் உயர்ந்த சாதிக்காரர்களும், படிப்பறிவில்லாமல் பல தலைமுறைகளாய் காடுகளில் வேலை செய்துகொண்டுள்ள கீழ்சாதிக்காரர்களும் சமமாய் பழகுவது என்பது குதிரையையும், எருமையையும் ஒரு நுகத்தில் கட்டுவதைப் போன்றது *(சுதேசாபிமானி 2.3.1910).*

இந்தத் தலையங்கத்திற்குப் பின்னுள்ளது ராமகிருஷ்ணபிள்ளையினுடைய சொந்தக் கருத்தல்ல. 1909 பிப்ரவரியில் வெளிவந்த 'இந்தியன் ரிவ்யூ'வில் இந்திய தேசிய காங்கிரசினுடைய தலைவராயிருந்த

அன்னிபெசன்ட் எழுதிய 'தி அப்லிஃப்ட்மெண்ட் ஆஃப் டிப்ரஸ்டு கிளாஸஸ்' என்னும் கட்டுரையில் இருந்து எடுக்கப்பட்டதாயிருந்தது.

1910இல் அரசு உத்தரவு பிறப்பித்திருந்தும் குழந்தைகளுக்குப் பள்ளிக் கூடங்களில் அனுமதி வழங்கப்பட்டிருக்கவில்லை. கருணையில்லாதவர்களும் கொடுமையாளர்களுமான வர்க்கத்தினரிடம் இரக்கம் காட்டும்படிக் கெஞ்சுவது நகைப்பிற்குரியதாகும். மற்றவர்களிடமிருந்து உதவி கிடைக்குமென்று எதிர்பார்ப்பதை விட்டுவிடும்படி தம் மக்களிடம் அய்யங்காளி உபதேசம் செய்தார். தங்கள் வாழ்க்கையைப் பணயம் வைத்துத் தங்கள் உரிமைகளைப் பெறுவதற்காக அவர்கள் போராட வேண்டி வந்தது. அவர்கள் நாட்டினுடைய பல பகுதிகளிலும் இருந்த பள்ளிக்கூடங்களில் பலவந்தமாய் நுழைந்து தங்களுடைய உரிமைகளை நிலைநாட்டினார்கள். அது ரத்தம் சிந்தும் போராட்டங்களுக்கும் விவசாயத் தொழில்கள் முடங்கவும் காரணமானது.

பூசாரி அய்யன் என்பவருடைய மகளான பஞ்சமியுடன் அய்யங்காளி ஊரூட்டம்பலத்தில் உள்ள ஒரு பள்ளிக் கூடத்திற்குப் போனார். அதன் பலனாய் ஏழு நாட்கள் நீண்டு நின்ற போராட்டம் நடைபெறவும் கடைசியில் இந்துக்கள் அந்தப் பள்ளிக் கூடத்தை தீ வைத்து எரித்துச் சாம்பலாக்கவும் செய்தார்கள்.

ஊரூட்டம்பலத்தில் கொளுத்தப்பட்ட உரிமைப் போராட்டத்தினுடைய தீ அங்கு அணைந்திருக்கவில்லை. அதனுடைய பொறிகள் வெகு தொலைவிற்குப் பரவியது. மாராயமுட்டம், வெங்கானூர், பெரும் பழுதூர், குன்னத்துக்கால் என்னும் இடங்களில் அது பெரிய எதிர்விளைவுகளை ஏற்படுத்தியது. பல மனித உயிர்களும், செல்வங்களும் இப்பூமியிலிருந்துத் துடைத்து எறியப்பட்டுவிட்டன.

பல போராட்டங்களுடைய பலனாய் 1911 டிசம்பர் 5ஆம் நாள் 'சாது ஜனபரிபாலன சங்கத்'தினுடைய தலைவர் என்னும் நிலையில் தலித்துகளினுடைய தேவைகளை நிறைவேற்றுவதற்காக சிறீமூலம் சட்டசபைக்கு அய்யங்காளி பெயர் பரிந்துரைக்கப்பட்டது. அய்யங்காளியினுடைய பெயரை பட்டியலில் பார்த்த சரித்திரப் புகழ்பெற்ற ஒருவர் இப்படிச் சொன்னார்:

> "ஒரு புலயன் மக்கள் சபைக்கு தன் மக்களின் பிரதிநியாக வந்துள்ளான். மாற்றத்தினுடைய தீர்க்கதரிசி பூமிக்குக் குறுக்கே வெளிச்சத்தினுடைய அலைகளாக, அதிலிருந்து

வெளிப்பட்ட வெளிச்சம் ஒன்றிணைந்து ஒரு சுடராய் பல பழமைகளை தீக்கிரையாக்கின. அதன்மூலம் புலயர்கள் முற்றிலும் பரிசுத்தமடையவும் தங்களுடைய நிலையை மேன்மையாக்கவும் செய்திருக்கிறார்கள். அவர்கள் தங்களுடைய உரிமைகளைப் பெறுவதற்காக மாநாடுகள் நடத்தத் தொடங்கியிருக்கிறார்கள். இதிலிருந்து அவர்களுடைய மதிப்பு உயர வாய்ப்புக் கிடைக்கட்டும்.''

5

அய்யங்காளியினுடைய சமூக, சுதந்திரப் போராட்டங்கள்

கேரளாவில் முதன்முதலாய் தீண்டத்தகாதவர்களுக்காக விவசாய பூமி வேண்டுமென்று குரல் கொடுத்தது அய்யங்காளிதான். பொது நிறுவனங்களில் தீண்டத்தகாதவர்கள் நுழைவதற்கான அனுமதி வழங்கப்படாததைக் கண்டித்து அவர் பலத்த எதிர்ப்புத் தெரிவித்தார்.

அதிகார வர்க்கத்தினுடைய நுகத்தைப் பிடித்து ஆட்டுவது என்பது பட்டினியில் உழன்று கொண்டுள்ள மக்களுக்குப் பெரும் போராட்டமாயிருந்தது. உணவுப் பொருள் உற்பத்தியாளர்களும் நாட்டினுடைய உண்மையான உரிமையாளர்களும் நிலத்தை உழுகின்றவர்களும் கடின உழைப்பாளிகளுமான லட்சக்கணக்கான தீண்டத்தகாதவர்களை இந்துக்கள் அவர்களுடைய முழு பலத்தையும் உபயோகித்து அடிமைப் படுத்தியிருந்தார்கள்.

1912இல் நெடுமங்காடில் அய்யங்காளியும் அவருடைய நண்பர்களும் பொது இடத்தில் நுழைந்து நடத்திய புரட்சி, சுதந்திரப் போராட்ட சரித்திரத்தில் முற்றிலும் வித்தியாசமானதாயிருந்தது. இந்த மகத்தான போராட்டத்தில் தனிமைப்படுத்தப் பட்டிருந்த நிலையிலும் எதிர்த்து நின்று அவர்களுடன் தைரியமாகப் போராடினர்.

1910ஆம் ஆண்டின் அரசு உத்தரவை அனுசரித்து அய்யங்காளி பள்ளிக் கூடத்தில் சேர்ப்பதற்கான அவசியத்திற்காகத் திரும்பவும் குரல் கொடுத்தார். தங்கள் சாதியைச் சேர்ந்த சில குழந்தைகளை அழைத்துக்கொண்டு அவரும் அவருடைய சீடர்களும் வெங்கானூரிலிருந்த சாவடி அரசுப் பள்ளிக் கூடத்திற்குச் சென்றார்கள். பள்ளிக் கூடத்தில் சேர்த்துக் கொள்வதற்குப் பதிலாக மேல்சாதிக்காரர்கள் அவர்கள்மீது தாக்குதல் நடத்தினார்கள்.

எதிர்ப்புகளும் தாக்குதல்களும் அய்யங்காளியினுடைய உறுதியான தீர்மானத்தைக் குலைத்து விடவில்லை. இடைவிடா முயற்சியின் பலனாய் கல்வித்துறை இயக்குநராயிருந்த மி. மைக்கேல் 1914இல் முந்தைய உத்தரவில் குறிப்பிடப்பட்டிருந்த நிபந்தனைகளை கட்டாயமாகக் கடைப்பிடிக்க வேண்டுமென்னும் புதிய உத்தரவைப் பிறப்பித்தார். எல்லா உத்தரவுகளுமிருந்தும் அரசு தீண்டத்தகாதவர்களுக்கு பள்ளியில் சேர்வதற்கான அனுமதி வழங்கவில்லை.

மேல்சாதிக்காரர்களுடைய சமூக விரோதப் போக்கு மக்களுக்கிடையில் அமைதியின்மைக்கும் ஒத்துழையாமைக்கும் காரணமாகியது. அது மாகாணத்தினுடைய நிதி ஆதாரத்தைக் கடினமாய்ப் பாதித்தது. பாலராமபுரம், வெங்கானூர், கழக்குட்டம், கோவளம், புல்லாடு, சென்னித்தல என்னுமிடங்களிலும் மற்ற இடங்களிலும் தலித் புரட்சிப் போராட்டத்தால் இரத்தம் சிந்தப்பட்டது. பல தலித்துகளுடையவும் மேல்சாதிக்காரர்களுடையவும் உயிர்களும் செல்வமும் அழிந்தன.

வெங்கானூரில் பள்ளிக்கூடம் திறந்து மாணவர்களைச் சேர்த்துக் கொண்டிருக்கும் பொழுது திரும்பவும் பல சிரமங்களைச் சந்திக்க வேண்டி வந்தது. எதிரிகள் அந்தப் பள்ளிக் கூடத்தைத் தீ வைத்துக் கொளுத்தியது மீண்டும் கலவரங்களுக்கு வழிவகுத்தது.

6

கேரளாவில் முதல் தொழிலாளர் போராட்டம்

பல போராட்டங்கள் நடத்திவிட்ட நிலையிலும் தீண்டத்தகாதவர்கள் கல்வி அறிவு பெறுவதற்கான சுதந்திரம் தொட முடியாத தூரத்திலிருந்தது. கடைசியில், விவசாயத் தொழிலாளர் போராட்டத்தை நடத்த அய்யங்காளி தீர்மானித்தார். அனைவரும் அவருக்கு அனைத்து உதவிகளையும் செய்ததுடன் அவருக்குப் பின் துணையாக நிற்கவும் செய்தார்கள். தங்கள் குழந்தைகளைப் பள்ளிக் கூடத்தில் சேர்த்துக்கொள்ள வேண்டும் என்பதுடன், கூலியை அதிகரிக்க வேண்டும், வேலை நேரத்தைக் குறைக்க வேண்டும் என்னும் தேவைகளையும் முன் வைத்து அவர்கள் வேலைக்குச் செல்லாமல் போராடினர்.

1913இல் துவங்கிய போராட்டம் கண்டல, பள்ளிச்சல், முடவப்பாற முதல் விழிஞ்ஞும், கணியாபுரம் வரையுள்ள நெல் வயல்களின் பணியை மிகவும் பாதித்தது. ஓர் ஆண்டுக்கும் மேலான காலம் கழிந்த பின்னும் தீண்டத்தகாத இனத்தைச் சேர்ந்த தொழிலாளிகள் நெல்வயல்களிலோ, மண்ணிலோ கால் வைக்கக்கூட இல்லை. மிகப் பிரசித்திபெற்ற போல்செவிக் புரட்சி ஆரம்பித்தது 1917இல் தான் என்பது கவனிக்க வேண்டிய ஒன்று. ஆனால், அதற்கு முன்பே 1913லிலேயே இங்கு இப்போராட்டம் துவங்கப்பட்டு விட்டிருந்தது. அதுமட்டுமல்ல, கேரளாவில் முறைப்படியான தொழிலாளி வர்க்க முன்னேற்றச் செயல்பாடுகள் துவங்கப்பட்டது 1920 ஆம் ஆண்டிற்குப் பிறகுதான்.

நிலச்சுவான்தார்களுடைய அனைத்துத் தந்திரங்களும் தோல்வியடைந்த பிறகு அவர்கள் அமைதியைக் குலைக்கவும் கலவரத்தினுடையவுமான விதைகளைத் தூவத் தொடங்கினார்கள். வயது வித்தியாசமின்றி பெண்கள் கொடூரமான பாலியல் தொல்லைக்கு ஆளாக்கப்பட்டார்கள். ஆக்கிரமிப்புகளும், பதில்

ஆக்கிரமிப்புகளும் நடந்தன. எந்தவொரு அடிப்படையுமில்லாத மிகச் சாதாரணமான குற்றச்சாட்டுகளின் பெயரில் காவல்துறையினர் தீண்டத்தகாதவர்களை வேட்டையாடினர். எல்லா இடங்களிலும் தொழிலாளி வர்க்கம் அவர்களுடைய பின்துணையை நல்கியது.

சமூக ஒற்றுமையின்மை காரணமாக உண்டான போராட்டத்தின் தீவிரம் வருமானத்தைப் பெரிய அளவு பாதித்தபொழுது அவர்களிடையே ஒற்றுமையை ஏற்படுத்த அரசாங்கம் முன்வந்தது. நடுநிலையாளர்களின் முன்னிலையில் விவசாயத் தொழிலாளர்கள் நடத்திக் கொண்டிருந்த சரித்திரப் போராட்டம் 1914 மே மாதத்தில் முடிவிற்கு வந்தது.

மலபார் ஆண்டு (கி.பி. 1914-15), தலித் போராட்டங்களினுடைய காலகட்டமாயிருந்தது. கண்டலியில் பள்ளிக்கூடத்தில் நுழைய நடத்தப்பட்ட முயற்சியினால் துவங்கிய புரட்சி வெகுதூரம் வரை பரவியது. மாகாணம் முழுவதும், குறிப்பாக புல்லாடு, பெரிநாடு என்னுமிடங்களில் புரட்சி பரவியது. அய்யங்காளியைத் தவிர வெள்ளிக்கர சோதி, குறும்பன், தைவதன், கொம்பாடி அனிச்சன் ஆகியோர் தலித்துகளுக்கு வழிகாட்டிகளாயிருந்தார்கள்.

இகழ்ச்சிகளுக்கும், பிரிவினைகளுக்கும் எதிராகப் போராடுவதற்கான மனதைரியத்தைத் தோற்றுவிக்கவும், ஆத்மாபிமான உணர்வை உண்டாக்கவும் அப்போராட்டங்களால் முடிந்தது. பல பிரிவுகளாயிருந்த தீண்டத்தகாதவர்கள் ‘சாது ஜன சங்க’த்தின் கீழ் ஒன்றிணைந்து, நாட்டில் ஆயிரத்திற்கும் மேற்பட்ட குழுக்களாய் ஒரு பெரும் சக்தியாய் அது வளர்ந்தது.

போராட்டங்களையும் புரட்சிகளையும் நடத்திய அய்யங்காளியினுடைய செயல்பாடுகள் கேரள சரித்திரத்தில் ஒரு திருப்புமுனையாய் அமைந்தது. 1914 காலகட்டம் முதல் இந்தப் புரட்சிகர செயல்பாடுகள் மலையாள இலக்கியத்தில் மிகுந்த ஆதிக்கம் செலுத்திக் கொண்டிருந்தன. கடின உழைப்பாளிகளும், தங்கள் உரிமைகளுக்காக ஆயுதமெடுக்கத் தொடங்கிய பொழுது எழுத்தாளர்களும் கவிஞர்களும் தங்கள் படைப்புகளில் அதை பிரதிபலித்தார்கள். மகானான புரட்சிக் கவி குமாரனாசான் அய்யங்காளியினுடைய புரட்சிகரச் செயல்களை முன்னிறுத்தித் தான் 1922இல் ‘*பரிதாபகரமான நிலைமை*’ எழுதியது. (பேராசிரியர். பி.சி. கங்காதரன் ‘*தி டிரேஜிக் பிளயிட்*’ என்னும் பெயரில் ஆங்கிலத்தில் மொழியாக்கம் செய்துள்ளார்.) சாதிக் கட்டுப்பாடுகளினுடையவும்

தீண்டாமையுடையவும் இரை அல்ல என்றாலும் வேறுயாரும் எழுதியிராத அளவு ஆழமாய்ப் புரியவைத்த கவிதை அது.

1914 முதல் அய்யங்காளி நடத்திய தலித் புரட்சி சரித்திரமும், கவிஞருக்கு அவருடைய சாதிக்காரர்களிடமிருந்து எதிர்கொள்ள வேண்டி வந்த கசப்பான அனுபவங்களிலிருந்தும்தான் புரட்சிகரமான கவிதையான பரிதாபகரமான நிலைமை, வெளியேற்றப்பட்ட சந்நியாசி ஆகியன உருவாகின.

மேல்சாதியைச் சேர்ந்த ஒரு கவிஞர்கூட சரித்திரத்தில் இன்றுவரை தலித்துகளுக்கு எதிராக எழுந்துள்ள மனிதாபிமானமற்ற அவமானங்களுக்கும் தாக்குதல்களுக்கும் நேராக விரலைக்கூட நீட்டியிருக்காதது பெரும் கேள்விக்குறிதான். காலங்காலமாய் தாழ்ந்த சாதிக்காரர்களுடைய வேதனையும் பொறுமையும் இந்தியாவில் எழுத்தாளர்களுடைய கௌரவமான கவனத்தைக் கவர்ந்திருக்கவில்லை என்பது ஆச்சரியப்பட வைக்கக் கூடிய காரியம்தான்.

நடைமுறையிலிருந்த சமூகக் கட்டுப்பாடுகளுக்கு எதிராக தாழ்ந்த சாதிக்காரர்களினுடைய புரட்சி - எதிர்ப்புகளை, முன்னிறுத்திப் பார்த்துத்தான் வேத சாத்திரங்களினுடைய சேவகர்களுக்குக் கவிஞர் இப்படி முன்னறிவிப்புக் கொடுக்கிறார்:

முன்னறிவிப்புக் கொடுக்கும்பொழுது அவர் கடந்தகால சம்பவங்களை நினைவுபடுத்தத் தயங்கி நின்று கொண்டிருக்கவில்லை. தொந்தரவு கொடுத்துக் கொண்டுள்ள வர்க்கத்தினரிடம் எதார்த்த உணர்வுடன் அவர் இப்படி அறிவிக்கிறார்.

'இயலாமையினுடைய முணுமுணுப்புகள்' சுட்டிக் காட்டப்பட்டது தலித்துகளினுடைய சமூகத் தொடர்பான பலவீனங்களைக் கீழடக்கும் உத்தரவு பிறப்பித்தலாயிருந்தது. அய்யங்காளியினுடைய தலைமையில் உயிர்த்தெழுந்த மக்கள், அவர்களுடைய விடுதலைக்காக நடத்திய கூட்டத்தில் நாராயண குருவும் மற்ற தலித் தலைவர்களும் பங்கெடுத்துக் கொண்டனர். காலாவதியாகிவிட்ட பார்ப்பன சமூகக் கட்டுப்பாடுகளையும், சட்டங்களையும் தாங்கிக் கொண்டிருப்பவர்கள் அவர்களுடைய சட்டங்களை கட்டாயமாக மாற்றிக் கொள்ளவில்லையென்றால் இனிமேலும் அவர்களை ஏமாற்றிக் கொண்டிருக்கவோ, அடிமைப்படுத்திக் கொண்டிருக்கவோ முடியாது என்று கவிஞர் முன்னறிவிப்புச் செய்கிறார். அப்படி அவர்கள் தங்களை மாற்றிக் கொள்ளவில்லை

என்றால் அந்த சட்டங்கள் அவர்களுக்கு எதிராகத் திரும்பும் நாள் வெகு தொலைவில் இல்லை. அனைத்தையும் நிறுத்திவிடலாம் என்று வெளியில் சொல்வதும் தொடர்ந்து அவற்றைக் கடைபிடிக்க மனதில் விருப்பமும் கொண்டிருந்த அவர்களுடைய இந்த இரட்டை மனோபாவம், சமூகத்திற்கு நன்மை செய்யக் கூடியதாயில்லை.

ஆயிரக்கணக்கான ஆண்டுகளாய் இந்தியாவில் நிலவி வரும் சாதிக் கொடுமைகளுக்கு ஒரு பலத்த அடி கொடுக்கவேண்டும் என்பதை குமாரனாசன் தன்னுடைய 'பரிதாபகரமான நிலைமை'யிலும் 'வெளியேற்றப்பட்ட சந்நியாசி'யிலும் முக்கிய லட்சியமாய் குறிப்பிட்டுள்ளார் என்பதை இதன்மூலம் புரிந்து கொள்ளலாம்.

அடிமைப்படுத்தி வைக்க நினைக்கும் வர்க்கத்தினுடைய சாதி வெளியிலிருந்து விடுதலை பெறுவதற்காக அய்யங்காளியினுடைய தலைமையில் தலித்துகளுக்காக திறக்கப்பட்டிருந்த ஒரேயொரு வழி, அடிமைத்தனத்தில் இருந்து தாங்கள் விடுதலை பெற்று தங்களுடைய மகத்தான அமைப்பின் மூலம் போராட்டங்கள் நடத்துவது என்பதுதான்.

7

சமூகத்தினுடைய நீதி, நியாயம்

நாட்டினுடைய சிவில் கிரிமினல் சட்ட திட்டங்களைப் பற்றி தலித்துகளுக்கு ஒன்றும் தெரிந்திருக்கவில்லை. அதனால்தான் பல சந்தர்ப்பங்களில் காவல்துறையும் நீதிமன்றமும் அவர்களைக் கடுமையாய் தண்டித்துக் கொண்டிருந்தது. அவர்களுக்காக வாதாட யாரும் இருந்திருக்கவில்லை. பொய் வழக்குகளும் தண்டனையும் அவர்களை மிகவும் வேதனைக்குள்ளாக்கியிருந்தன. அதனால், சட்ட திட்டங்களைப் பற்றி மக்களுக்குப் புரிய வைக்க வேண்டுமென்று அய்யங்காளி தீர்மானித்தார். ஆனால் நீதிமன்றத்தைப் பற்றி அவருக்கு அதிகமாய்த் தெரிந்திருக்கவில்லை. நீதிமன்றத்திற்குள் நுழையவோ அதன் முற்றத்தில் எட்டிப் பார்க்கவோகூட அவருக்கு அனுமதி கிடைத்திருக்கவில்லை.

தலித்துகள் தொடர்பான வழக்குகள் நீதிமன்றத்தில் ஒரு தனிப்பட்ட முறையில்தான் கையாளப்பட்டுக் கொண்டிருந்தன. நீதிமன்றம் கலைந்த பிறகு, வழக்குரைஞரும், மாஜிஸ்டிரேட்டும் முற்றத்திலுள்ள மரத்தின் கீழ் அமர்ந்துதான் தலித்துகளின் குற்றச் சாட்டுகளைக் கேட்டனர். வாதம் புரிவதற்காக தலித்துகள் எழுந்து நிற்பார்கள். அவர்கள் நேரடியாக வாதம் புரிய முடியாது. ஒரு மத்தியஸ்தன் இருப்பான். குற்றவாளி அல்லது சாட்சி, அவருடைய கருத்துகள் நீதிமன்ற சிப்பாய் மூலமாக நீதிமன்றத்திற்கு எடுத்துரைக்கப்படும். அதன் அடிப்படையில் மாஜிஸ்டிரேட் தீர்ப்புச் சொல்வார்.

மேற்சொன்ன முறையிலான உரிமை மறுத்தல்கள் அய்யங்காளியைப் பொருத்தவரை மிகவும் அவமானகரமானதாய்த் தோன்றியது. இப்படிப்பட்ட வேற்றுமைகள் அவருக்குக் கோபத்தையும் வெறுப்பையும் தோற்றுவித்தன. அதற்கு அவர் ஒரு வழியைக் கண்டுபிடித்தார். நீதி கேட்டு மக்கள் நீதிமன்றத்திற்குப் போவதை

அவர் தடுத்தார். சரித்திரத்தில் அன்றுவரை எந்தத் தலைவரும் செய்திருக்காத ஒரு புதிய திட்டத்தைத் தயாரிக்க அவர் முயற்சி செய்தார்.

மேல்சாதிக்காரர்களின் கட்டுப்பாட்டிலுள்ள நீதிமன்றங்களை எழுத்தறிவில்லாத தீண்டத்தகாதவர்கள் அணுகுவது வேதனைக்குரியது என்பதை அய்யங்காளி அவர்களுக்குப் புரிய வைத்தார். இதற்கு ஒரு பரிகாரம் காண்பதற்காக அவர் உயர்ந்த அதிகாரமுள்ள ஒரு 'சமூக நீதிமன்றத்தை' உருவாக்கினார். மிகச்சிறு குழுக்களின் கீழ் துணை நீதிமன்றங்களையும் உருவாக்கினார். அந்நீதிமன்றத்தின் அனைத்து அதிகாரங்களும் பெற்ற நீதியரசர் அய்யங்காளிதான்.

சமூக நீதிமன்றங்கள் அரசாங்க நீதிமன்றங்களின் சட்ட திட்டங்களை எந்தவித மாற்றமும் இல்லாமல் கடைப்பிடித்தன. சாதாரண சட்ட ஒழுங்கு, நீதி நியாயம், கிரிமினல் சட்டங்கள், சமூகச் சட்டங்கள் ஆகியவற்றில் ஆழ்ந்த ஞானமுள்ள, அனுபவமுள்ள வழக்குரைஞர்கள் இந்த நீதிமன்றத்தில் வாதாடிக் கொண்டிருந்தார்கள். நீதிமன்றத்துடைய தீர்மானங்களையும் உத்தரவுகளையும் அமைப்புடன் தொடர்புடைய பிரிவுகளுக்குக் கொண்டுசென்றது நீதிமன்றத் தூதர்கள்தான். வாதி, பிரதி, பார்வையாளர்கள் என அனைவரும் மிகவும் அடக்கத்துடனும் கவனத்துடனும் நீதிமன்ற நடவடிக்கைகளில் பங்கெடுத்துக் கொண்டிருந்தனர்.

நேர்மையாக நீதியை நிலைநாட்டுவதிலிருந்து சமூக நீதிமன்றங்கள் ஒருமுறைகூட தவறியதில்லை. பாரபட்சமற்ற தீர்ப்பு வழங்குதல் மூலம் உண்மையான குற்றவாளிகள் தண்டிக்கப்பட்டார்கள். சிறைத் தண்டனை தவிர மற்ற அனைத்துவித தண்டனை விதிகளும் நடைமுறையில் இருந்தன.

அந்தக் காலத்திலிருந்த 'சமுக நீதி'யின் காரணத்தால் உண்மையில் அய்யங்காளிக்கு எழுதவோ படிக்கவோ தெரிந்திருக்கவில்லை. அதனால்தான் சாதி மேதாவித்தனத்தை மாற்றவேண்டுமென்பது அவருடைய கடமையாயிருந்தது. அவருக்கு தனிப்பட்ட செயலாளராக உதவி செய்து கொண்டிருந்த எழுத்தரான, கேசவன் தன்னுடைய விடாமுயற்சிகளின் மூலம் இரகசியமாய் படிக்க வைத்தார். அதிகாரிகளிடம் குறிப்பைக் கொடுப்பதற்கு முன்னால் சட்டசபையில் அய்யங்காளியினுடைய பிரசங்கங்களையும் எழுத்துகளையும் புத்திசாலித்தனமாய் தயாராக்கியிருந்தது அந்தச்

செயலாளர்தான். அனைத்து சமூக அமைப்புத் துறைகளிலிருந்தும் மேல்சாதிக்காரர்களால் தலித்துகள் வெறுக்கப்படவும் அலட்சியப்படுத்தப்படவும் மறுக்கப்படவும் துரத்திவிடப்படவும் செய்தபொழுது அய்யங்காளியுடைய சீரிய தலைமையில் ஒரு மாற்று ஆட்சியை ஏற்படுத்த முயற்சி செய்யப்பட்டது. நிலவிவந்த அநீதிகளுக்கு எதிராக தலித்துகள் முன்னேறியபொழுது மத்திய திருவிதாங்கூரில் சிரியன் கிறித்துவர்கள் உட்பட மேல்சாதியைச் சேர்ந்தவர்கள், அவர்களுக்குத் தொந்தரவு கொடுக்க தைரியமாய் முன்வரவில்லை. அக்காலத்தில் 'சமூக நீதி' என்று சொல்லப்பட்டுக் கொண்டிருந்ததற்கு எதிரான மகத்தான சவாலாயிருந்தது அய்யங்காளியினுடைய வெற்றி.

லண்டன் மிசன் சொசைட்டியினுடைய கீழ் செயல்படும் பள்ளிக்கூடத்தில் ஆசிரியராயிருந்த வி.ஜெ. தாமஸ் வாத்தியார் ஏழை மக்கள் அமைப்பில் தலித்துகளை ஒன்றிணைப்பதற்கு முன்வந்தார். தன்னுடைய வாழ்க்கையை சமூக சேவைக்கு அர்ப்பணிப்பதற்காக சமூக நீதி போதத்தாலும் சகோதர மனப்பான்மையாலும் தூண்டப்பட்ட சுயநலமில்லாத அவர் தன் வேலையை விட்டுவிட்டார். அய்யங்காளியுடைய ஆலோசகரும் செயலாளருமாய் அவர் இருந்தார். எல்.எம்.எஸ்ஸில் பணியாற்றிக் கொண்டிருந்ததால் அவர் ஆங்கிலமும் மலையாளமும் நன்கு அறிந்திருந்தார். தலித்துகளினுடைய காரியங்கள் தொடர்பாக அவ்வப்பொழுது அரசாங்கம் பிறப்பிக்கும் உத்தரவுகளை அவர்தான் கவனித்துக் கொண்டிருந்தார். தங்கள் சொந்த மக்களுக்கு சேவை செய்வதென்பது அவருடைய வாழ்க்கை இலட்சியமாயிருந்தது என்பதற்கு இது சாட்சியாயிருக்கிறது.

சமூக நீதிமன்றம் அனைத்து சனிக்கிழமைகளிலும் செயல்பட்டுக் கொண்டிருந்தது. சங்கத்தினுடைய அலுவலகம்தான் நீதிமன்றம். சமுதாயத்திலிருந்து தள்ளி வைப்பதுதான் மிகக் கடுமையான தண்டனையாக இருந்தது. நல்லொழுக்கம், அடக்கம், நேர்மை, ஒத்துழைப்பு, சிநேகம், ஒற்றுமை முதலிய நல்ல குணங்களின் அடித்தளமாக தலித் சமூகத்தை உருவாக்க வேண்டுமென்பதைத்தான் சமூக நீதிமன்றங்கள் இலட்சியமாகக் கொண்டிருந்தன. அய்யங்காளியின் கல்விப் பணிகளினுடைய ஒரு பகுதியாய்த்தான் இதுவும் கணக்கிடப்படுகின்றது.

கல்வியை நடைமுறைப் படுத்துவதற்காக பல வழிமுறைகளையும் அய்யங்காளி கையாண்டார். கல்வி என்று அவர் குறிப்பிட்டது வெறும் எழுத்துகளைக் கற்றுக் கொள்வது மட்டுமல்ல,

வாழ்க்கையினுடைய அனைத்துத் துறைகளிலும் அறிவு பெறுவதன் மூலம் சமூகத்திற்குப் பயன்படும் விதமாய் சமுதாயத்தை மேம்படுத்துவதாகும்.

கல்வி வளர்ச்சியின் பகுதியாய் கலா மன்றங்களை உருவாக்கினார். சங்கீதம், நாடகம், பல உடற்பயிற்சிப் போட்டிகள், நாடோடி நடனங்கள், பழங்காலப் பாடங்கள், நாட்டுக் கலைகள் ஆகியவைதான் மன்றங்களில் நடைபெற்றுக் கொண்டிருந்தன. அரிச்சந்திரா, காக்காரிஸி, நல்லதங்காள் முதலிய புராண நாடகங்களை அவரே கதை, வசனம், இசை ஆகியவற்றை ஒழுங்குபடுத்தி அரங்கேற்றினார். உடற்பயிற்சி, மல்யுத்தம் ஆகியவை அவருக்குப் பிடித்தமானவையாயிருந்தன. உடற்பயிற்சியில் அவருக்கு ஏற்பட்ட சாமார்த்தியம் தன்னைத் தாக்க முயற்சிக்கும் உடல்பலம் மிகுந்த எதிரிகளை எதிர்த்து நிற்க மிகவும் உதவிகரமாயிருந்தது.

அமைப்பினுடைய வளர்ச்சி வேகமாக இருந்தது. அதற்குக் காரணம் தலைவர்களுடையவும் பணியாற்றியவர்களுடையவும் உளப்பூர்வமான ஈடுபாடும், தைரியமும் சுயநலமின்மையும்தான். மக்களுடைய விருப்பங்கள் பாதுகாக்கப்பட வேண்டுமென்னும் எண்ணத்துடன் அவர்கள் செயல்பட்டார்கள்.

அரசாங்கத்தை எதிர்ப்பது என்பது முன்னணியினுடைய உபாயமாயிருக்கவில்லை. அக்காலத்தில் அவர்களிடம் பரிதாபமோ, கருணையோ காட்டுவதற்கு அரசாங்கத்தைத் தவிர வேறு யாருமிருந்திருக்கவில்லை. மேல்சாதிக்காரர்களினுடைய அதிகார வாழ்விற்கும், கொடுமைகளுக்கும் எதிராக நிரந்தரப் போராட்டம் நடத்தும்பொழுது தலித்துகளுடைய முன்னேற்றத்திற்காக ஆட்சியாளர்களினுடைய தார்மீகத்தையும், தயவையும் அவர் பயன்படுத்திக் கொண்டார். (வெளி மாநிலத்தவர்களைத்தான் திவான்களாக நியமித்திருந்தார்கள். அவர்களில் பெரும்பாலானவர்கள் ராவ் மற்றும் ஆச்சார்யர்கள்தான். அவர்களுக்கு ஆட்சியிலோ தாழ்த்தப்பட்டவர்களுடைய முன்னேற்றத்திலோ எந்தவித ஆர்வமும் இருந்திருக்கவில்லை.)

அய்யங்காளியினுடையவும் அமைப்பினுடையவும் உபாயம் மக்களுடைய உளப்பூர்வமான ஆதரவைப் பெறுவதாகத்தானிருந்தது. இதை நடைமுறைப்படுத்தியது தலித்துகளுக்காக ஓர் அமைப்பை உருவாக்கிய மகத்தான காரியத்தின் மூலம்தான்.

அந்தக் காலத்தில் அமைப்பு, அதிகாரிகளிடமிருந்து உரிமைகளைப் பெறவும் அதனுடைய அடிப்படையையும் தவிர்க்க முடியாமையையும் அவர்களுக்குப் புரிய வைத்தது. அப்படிச் செய்தது பாரபட்சமாகவோ, நேர்மையற்ற முறையிலோ, சிபாரிசு மூலமோ அல்ல.

அனைத்துக் காரியங்களும் சமூக நலனைப் பொறுத்ததாயிருந்தது. கேரள சரித்திரத்தில் அற்புதங்கள் உருவாக்கிய, ஒரு புது சமூகத்தை புனர் நிர்மாணம் செய்த இந்த அமைப்பு மனப்பூர்வமான சமூக சேவையினுடைய இணையில்லா உதாரணமென்று சரித்திரத்தில் குறிப்பிடப்பட்டுள்ளது. அய்யங்காளி இந்திய மகான்களில் ஒருவரும் தற்கால இந்தியாவை உருவாக்கியவர்களில் ஒருவரும் ஆவார்.

மிகவும் மேன்மையான முறையில் அமைப்பினுடைய ஆண்டு விழா கொண்டாடப்பட்டது. சட்டசபைக் கூட்டம் முடிவதற்கு முன்பு திருவனந்தபுரத்திலுள்ள விக்டோரியா ஜீபிலி டவுன்ஹாலில் வைத்து 'சாது ஜன பரிபாலன' சங்கத்தினுடைய ஆண்டு விழாவை நடத்த அனுமதி கிடைத்தது. தீண்டாமை நடைமுறையிலுள்ள அந்தக் காலகட்டத்தில், சட்டசபைக் கூட்டம் நடைபெறும் ஹாலில் தீண்டத்தகாத பிரிவினரின் கூட்டம் நடைபெற முடிந்தது என்பது ஓர் அற்புதமானதாகத்தானிருந்தது. அதற்குக் காரணம் வெளியிலிருந்து வந்த திவான்களின் பெரிய மனதோ இரக்கமோ அல்ல. அய்யங்காளியினுடைய திறமையையும் மகத்துவத்தையும் புரிந்துகொண்ட ஆட்சியாளர்களால் மகிழ்ச்சியடையாமல் இருக்க முடியவில்லை. அமைப்பினுடைய ஆண்டு விழாவை ஒவ்வோர் ஆண்டும் தொடர்ந்து அந்தக் கூடத்திலேயே நடத்த அவர் அனுமதி பெற்றது அப்படித்தான்.

வி.ஜெ.டி. கூடத்தில் கூட்டப்பட்டிருந்த ஆண்டு விழா 'ஜுபிலி செஷன்' என்றுதான் அறியப்பட்டிருந்தது. சிறப்பான ஏற்பாடுகளால் கம்பீரமாய் நடத்தப்பட்ட கூட்டங்கள் மாநிலம் முழுவதுமிருந்த தலித்துகளினுடைய திருவிழாவாயிருந்தது. அனைத்துத் தர மக்களும் அதில் பங்கெடுத்துக் கொண்டிருந்தனர். சபையில் பெரும்பான்மையாகப் பெண்கள்தான் இருந்தனர். ஊர்வலத்தில் கலந்துகொள்ள மாநிலத்தின் பல பாகங்களில் இருந்தும் ஆட்கள் வந்திருந்தார்கள். பொதுவழியைப் பயன்படுத்துவது தடைசெய்யப் பட்டிருந்ததால் 'புறவழி'யாகத்தான் ஊர்வலம் நடைபெற்றது. 'புலையன் வழி' 'சோவன் வழி' என்று தரம் பிரிக்கப்பட்டிருந்ததற்கு மாறாக பல அமைப்புகள் உருவாக்கப்பட்டிருந்தன. ஊர்வலத்தில் பல்வேறு வித இசைக் கருவிகளும், செண்டை மத்தளங்கள்

கொடிகள், தோரணங்கள் என அனைத்தும் இருந்தன. வடகோடியிலிருந்து தென்கோடி வரையுள்ள ஊர்வலம் டவுன்ஹாலை அடையும்பொழுது அதன் முன்பகுதி கருத்த கடல்போலக் காணப்பட்டது. எல்லா இடங்களிலும் கருத்த மக்கள் காணப்பட்டனர்.

மன்னருடைய பிரதிநிதியான திவான்தான் ஆண்டு விழாவிற்குத் தலைமை வகித்திருந்தது. தலைமைச் செயலாளர் உட்பட அனைத்துத் துறைத் தலைவர்களும் கூட்டத்தில் கலந்துகொள்ள வேண்டுமென்று திவான் விரும்பினார். மேடையில் அவர்களுடைய இருப்பிடங்களை அவரவர்களே தேர்ந்தெடுத்துக் கொண்டனர். அமைப்பினுடைய பொதுச்செயலாளர் என்னும் நிலையில் அய்யங்காளி அனைவரையும் அவரவர் பதவியை அனுசரித்து மரியாதையுடன் வரவேற்றார்.

சம்மேளனத்தினுடைய முதல் கட்டம் ஸ்ரீ மூலம் நடத்தும் மக்கள் சபை நடவடிக்கைகளை நினைவுபடுத்தும் விதமாய் இருந்தது. எவ்வளவு பெரிய பதவியில் உள்ள அதிகாரியென்றாலும் பொருளற்ற பேச்சுகளைப் பேச அனுமதிக்கப்படவில்லை. அனைத்துப் பிரசங்கங்களும் பொருள் மிகுந்தவையாக இருந்தன. அவர்கள் அனுபவித்திருந்த வேதனைகளையும், துன்பங்களையும் அவர்களுடைய இயலாமைகளையும் அகற்றி, மேன்மைப்படுத்தக் கூடிய காரியங்களைப் பற்றித்தான் அவர்கள் முக்கியமாய்ப் பேசியது.

பிரசங்கத்தைத் தொடங்குவதற்கு முன்பு முதல் நடவடிக்கையாய் பிரார்த்தனை கீதம் பாடப்பட்டது. பிரார்த்தனை, சபையைப் புகழ்வதாய் இருக்கவில்லை. அந்தப் பாடல்கள் அவர்களுடைய துக்கங்கள், பாக்கியமின்மை, அடிமைப் படுத்தப்பட்டிருப்பதன் கனத்தை வெளிப்படுத்துவதாயிருந்தது. அத்துடன் அவற்றுக்கு ஒரு பரிகாரம் தேட வேண்டுமென்றும் கேட்டுக் கொள்வதாயிருந்தது. இந்தப் பாடலுக்கு இசையமைத்தது முலூர் பத்மநாப பணிக்கர். பாடியது குரும்பன் தைவதன். சொல்ல முடியாத வேதனைகளாலும், துன்பங்களாலும் வாழ்க்கை முழுவதும் துன்பப்பட விதிக்கப்பட்டவர்கள், அவர்களுடைய கடந்த காலத்தை நினைவு கூர்ந்தபொழுது அந்த சபையே கண்ணீர் சிந்தியது. பாடியவன் கண்களிலும் கண்ணீர் வழிந்தது.

அடிப்படைத் தேவைகளையும் தன் சமூகத்தினுடைய பரிதாபகரமான நிலைமையைப் பற்றியும் அய்யங்காளி தன்

வரவேற்புரையில் விளக்கிக் கூறினார். அதிகாரிகள் யாரும் அனுகூலமான பதிலோ, வாக்குறுதியோ கொடுக்கவில்லை. அனுமதி வழங்கப்பட்டுள்ள உத்தரவுகளெல்லாம் குறிப்பிட்ட காலத்தில் நடைமுறைப் படுத்தப்படுமென்று திவான் குறிப்பிட்டார். காலதாமதமாகக் கூடிய காரியங்களை அவருடைய பட்டியலில் குறித்துக் கொண்டார்.

மிக விரைவில் நடைமுறைப்படுத்த வேண்டிய காரியங்களுடைய பட்டியலைத் தயாராக்க வேண்டும் என்பதுதான் சம்மேளனத்தில் முடிவு செய்யப்பட்டது. அதிகாரியினுடைய அனுமதிக்காக திவானே பட்டியலை சமர்ப்பித்திருந்தார். அத்துடன் சம்மேளனத்தின் முதல் கூட்டம் முடிவடைந்தது.

அய்யங்காளியுடைய வாழ்க்கை கேரள சரித்திரத்தில் பல சம்பவங்கள் நிறைந்த ஓர் அத்தியாயமாயிருந்தது. அவருடைய கம்பீரமான குரல் மாநிலம் முழுவதும் எதிரொலித்தது. எல்லா ஆண்டும் வி.ஜெ.டி. ஹாலின் நான்கு சுவர்களுக்குள் அய்யங்காளியினுடைய குரல் எதிரொலித்தது. மாற்றத்தை ஏற்படுத்தும் நாயகர்களில் அவர் முதலாவதாயிருந்ததால் அனைவரின் கவனமும் அவர் மீதுதான் இருந்தது. அவருடைய வார்த்தைகளை யாராலும் சாதாரணமானதாய் எடுத்துக்கொள்ள முடியவில்லை. முன்வரிசையிலிருந்த தலித் தலைவர்களில் பெரும்பாலானோர் 'சாது ஜன பரிபாலன்' அமைப்பில் செயல்படுபவர்களாயிருந்தனர். சுருக்கமாய்ச் சொன்னால் அவர் கேரளாவில் தலித் முன்னேற்றத்தினுடைய அடித்தளத்தை நிறுவினார்.

அமைப்பினுடைய ஒவ்வொரு பிரிவின் தேவையையும் புரிந்து கொண்டு, அதை அனுசரித்துச் செயல்பட அய்யங்காளியால் முடிந்தது. ஒரு நாள் கூட ஒரு காரியத்தை அவர் அடுத்த நாளைக்கு என்று தள்ளி வைத்ததில்லை.

அமைப்பினுடைய அனைத்துப் பிரிவுகளின் மேலாளர்களும் சமூக சுதந்திரப் போராட்டங்களில் வீர நாயகர்களாக இருந்தார்கள். அய்யங்காளி தலைமை வகித்திருந்த சுதந்திரப் போராட்டத்தில் 'தற்கொலைப்படை'க்கு ஆதரவு தருபவர்களும் உற்சாகப்படுத்துபவர்களுமிருந்தார்கள். போராட்ட பூமியில் அவர்களை முன்வரிசையில் காண முடிந்தது. கோழைகளுக்கு, போராட்டத்தில் எந்தவொரு இடமும் கொடுக்கப்பட்டிருக்கவில்லை. தற்கொலைப் படையின் மனஉறுதியையும் தைரியத்தையும் வெளிப்படுத்த முடியாதவர்களுக்கு அமைப்பின் தலைமைப் பொறுப்பு வழங்கப்பட்டிருக்கவில்லை.

முன்பிருந்ததைவிட பலனளிக்கக் கூடியதான வகையில் அமைப்பினுடைய செயல்பாடுகளுக்காகப் புதிய முறைகள் பின்பற்றப்பட்டன. அமைப்பிற்கு ஒரு பத்திரிக்கை வேண்டுமென்று அவர் விரும்பினார். அப்படி 1916இல் *'சாது ஜனபரிபாலினி'* என்னும் பெயரில் சங்கனாசேரியிலிருந்து ஒரு மாத இதழ் தொடங்கப்பட்டது. இதைத் துவங்க மேல்சாதிக்காரர்களில் முன்னேற்றச் சிந்தனை கொண்டவர்களிடமிருந்தும் தொண்டர்களிடமிருந்தும் அனைத்து உதவிகளும் கிடைத்தன. திருக்கொடித்தானத்தெ காளி சோத்தி குருப்பன்தான் இதனுடைய ஆசிரியர். இதில், முக்கியமாய் செம்புத்தர பாப்பனும், எம்.கோபாலன் நாயரும்தான் கட்டுரைகள் எழுதி வந்தது. கொஞ்ச நாட்கள் மட்டுமே அதன் ஆயுள் இருந்ததென்றாலும் இதில் வெளிவந்திருந்த கட்டுரைகள் புலையருடையவும், துணைப் பிரிவுகளினுடையவும் சமூகப் போராட்டத்தில் பெரும்பங்கு வகித்தது. இப்பத்திரிக்கையின் பெரும்பகுதி தலித் மக்களினுடைய புதிய இலக்கியமாயிருந்தது. எழுதவும் படிக்கவும் அறியாத தாழ்த்தப்பட்டவர்களினுடைய பெயரில் ஒரு பத்திரிக்கை துவங்குவது என்பது அக்காலத்தில் பெரிய காரியமாயிருந்தது. பள்ளிப் படிப்பு இல்லாத நிலையிலும் இந்த இதழினுடைய முக்கியத்துவத்தையும் பயன்களையும் அய்யங்காளி புரிந்து கொண்டிருந்தார்.

எந்தவொரு பிரதிபலனையும் எதிர்பார்க்காமல் அய்யங்காளி தன் ஆரோக்கியத்தையும் உற்சாகத்தையும் ஓய்வு நேரத்தையும் கடின முயற்சிக்காகச் செலவிட்டார். இதனால்தான் கேரள சரித்திரத்தில் அவருடைய பெயர் இன்னும் நிலைத்து நிற்கின்றது.

பிரதிபலனை எதிர்பார்க்காத செயல்பாடுகளும், உளப்பூர்வமான செயல்பாடுகளும் அவரை தலித்துகளினுடைய மகுடம் தரிக்காத மன்னராக்கியது.

கரையுள்ள வெள்ளை வேட்டியும் மூட்டுவரை நீளமுள்ள கருப்புக் கோட்டும் தங்க சரிகையுள்ள வெள்ளைத் தலைப்பாகையும், கோட்டினுடைய இடது பக்கத்தில் நீள்வட்ட வடிவிலுள்ள முத்திரையும்தான் அவருடைய ஆடை அணியும் முறை. ஆறடி உயரமும் மூட்டுவரை நீளும் கைகளுடனும் கம்பீரமாய் அவர் நிமிர்ந்து நின்றார். தலைப்பாகையும், மீசையும் வைத்த மகானான அய்யங்காளி ஒரு மன்னரைப் போலக் காட்சியளித்தார்.

8

தலித் முன்னேற்றத்தினுடைய நியான் வெளிச்சம்

தலித்துகளின் மிகப்பெரிய தலைவராயிருந்த டாக்டர். பி.ஆர். அம்பேத்கருக்கும் சுதந்திரப் போராட்டத்தினுடைய மிகப்பெரிய தலைவராயிருந்த எம்.கெ. காந்திக்கும் இடையில் ஒருமுறை தலித்துகளை அடிமைத்தனத்தினுடையவும், சாதியினுடையவும், தீண்டாமையினுடையவும் நுகத்திலிருந்து விடுதலை செய்ய முன்வைத்த சில காரியங்களில் கருத்து வேறுபாடு ஏற்பட்டது. அந்தக் கருத்து வேறுபாடு தேசியத் தலைவரை காலவரையற்ற உண்ணாவிரதம் இருக்கச் செய்தது. ஆகாகான் கோட்டையில் இர்வாடா சிறைச்சாலையில் இருந்த அவர் உண்ணாவிரதத்தைக் கைவிட்டது 1932இல் பூனா ஒப்பந்தம் ஏற்பட்டதால்தான். அந்தச் சம்பவம் தலித்துகளுக்கிடையில் சில பிரச்சனைகளை ஏற்படுத்தியது. அந்த ஒப்பந்தத்தினுடைய மறைவில் ஏற்பட்ட ஒரு நன்மை என்னவென்றால் கீழ்சாதிக்காரர்களுக்கும் மேல்சாதிக்காரர்களுக்கும் இடையில் இருந்த உரசல் ஓர் எல்லை வரை குறைக்க உதவியது என்பதுதான். இருந்தாலும் பிரிட்டிஷ் அரசாங்கத்தினுடைய இந்த ஒப்பந்தம் தலித்துகளினுடைய உரிமைகளின் மீது விழுந்த இடியாகும்.

அய்யங்காளியினுடையவும் நாராயண குருவினுடையவும் பலம் வாய்ந்த தலைமையின்கீழ் தென்கேரளாவில் நடந்த நீண்ட போராட்டங்கள் இந்துக்களிடையே சில மாற்றங்களை ஏற்படுத்தியது. தலித்துகளையும், பிற்படுத்தப்பட்டவர்களையும் அதிக காலம் அடக்கியாள முடியாது என்பதைப் புரிந்துகொண்ட மன்னரும் அவருடைய பணியாளர்களும் அவர்களுடன் ஒத்துப் போகும் எண்ணத்தை வெளிப்படுத்தினர். அதனுடைய பலனாய் 1936 நவம்பர் 12இல் கோயில் நுழைவு விளம்பரம் வெளியிடப்பட்டது.

கோயில் நுழைவு விளம்பரத்திற்குப் பிறகு மகாத்மா காந்தி நாடு முழுவதும் பயணம் செய்து அதனுடைய நற்பலன்களையும் முக்கியத்துவத்தையும் உயர்த்திக் காட்டினார். 1937 சனவரியில் அவர் மற்றொரு மகாத்மாவான அய்யங்காளியைச் சந்தித்துப் பேசினார்.

இரண்டு மகாத்மாக்களினுடைய பேச்சுவார்த்தையின் இடையில் அய்யங்காளி மேல்படிப்பிற்கு போதுமான வசதியில்லாத, கல்வி கற்கத் தகுதியுள்ள தலித்துகளுக்கு கல்வி வழங்குவதற்கான தன் மனப்பூர்வமான விருப்பத்தை வெளிப்படுத்தினார். அரியாமையினுடைய இருளில் மூழ்கிப்போன மக்களுக்காக அய்யங்காளி வாதிட்டார். தலித் மாணவர்களுக்காக விடுதிகள் துவங்கப்பட்டன. இப்படிப்பட்ட நிறுவனங்களுடைய மேன்மையான பணிகளுக்காக அய்யங்காளி கடினமாய் உழைத்தார். இந்த விடுதிகளினுடைய சேவையைப் பயன்படுத்திக்கொண்டு சில தலித் மாணவர்கள் பட்டயப்படிப்பும், பட்ட மேற்படிப்பும் முடித்தனர். டி.கெ.நாராயணன் (ஓதரா), கெ.ஏ. தேவன் (ஏ.ஆர்.கெ.திரிவைல்க்கர்) என்பவர்கள்தான் முதன்முதலில் பட்டம் பெற்றவர்கள். காவல் துறையில் டெபுடி இனஸ்பெக்டர் ஜெனரல் மி.பி. சசிதரன் ஐ.பி.எஸ்., அய்யங்காளியினுடைய பேரன் ஆவார்.

தலித்துகளைப் பொறுத்தவரை தொடர்ந்த முன்னேற்றத்திற்கும் வளர்ச்சிக்குமான ஒரே வழி கல்வி கற்பது மட்டும்தான். அந்தக் காலத்தில் இந்துக்கள் தலித்துகளினுடைய கல்வி கற்கும் உரிமையை தடைசெய்தபொழுது ஏழை மக்கள் கிறித்துவ மிசனரிகளிடம் அடைக்கலம் தேடினர். கேரளாவில் அன்றைய சமூகச்சூழலில் இந்துக்களுடைய தீண்டாமைக் கொடுமையால் தலித்துகள் மிசனரிகளுடைய தயவை நோக்கித் துரத்தப்படுவது ஒரு நிரந்தரக் காட்சியாக இருந்தது.

அவற்றில் பெரும்பாலான. தலித்துகள் கிறித்துவ மதத்தைத் தழுவியது தங்களுடைய குழந்தைகளுக்கு கல்வியறிவு கொடுக்க வேண்டித்தான். மனப்பூர்வமாய் வெளிநாட்டு மிசனரிகளில் அபயம் தேடியவர்கள் மிகக் குறைவான பேர்தான். கிறித்துவ மிசனரிகளை நோக்கி தலித்துகள் போய்க் கொண்டிருப்பதன் ஆபத்தை இந்து மதத் தலைவர்கள் புரிந்து கொண்டார்கள். அப்படி, தலித்துகளுக்கிடையில் செயல்பட சில இந்து அமைப்புகள் முன்வந்தன. சமூக சேவை என்னும் தந்திரத்துடன் ஆரிய சமாஜத்தைச் சேர்ந்தவர்கள், இந்து மிசன், இந்து மகாசபை முதலியவற்றைச் சேர்ந்தவர்கள் களத்தில் இறங்கினர். ஆசாரம், நம்பிக்கை, உடை, உணவு, ஆரோக்கியம் தொடங்கிய பல துறைகளில் ‘சீர்திருத்தமில்லாதவர்களை சீர்படுத்த’

இப்படிப்பட்ட அமைப்புகள் தங்களால் செய்ய முடிந்ததைச் செய்யத் தொடங்கினார்கள். இந்துக்களுக்கு இடையில் காணப்பட்டுக் கொண்டிருந்த தீண்டாமைக்கு எதிராக சமூக சேவைகளுக்காக ஒரு புதிய நெருக்கடி ஏற்பட்டது. இப்படிப்பட்ட சமூக செயல்பாடுகளில் ஈடுபட பெரும்பாலான பெண்கள் ஆர்வம் காட்டினார்கள். நன்றாக உடை அணிந்த தாழ்ந்த சாதிக்காரர்களை மேல்சாதிக்காரர்களின் வீடுகளுக்குள் வரவழைப்பது ஒரு வழக்கமாகக் கருதப்பட்டது.

இந்த அனுகூலமான சந்தர்ப்பத்தை தங்கள் மக்களின் மேன்மைக்காகப் பயன்படுத்திக்கொள்ள அய்யங்காளி இரவும் பகலும் கடினமாய் ஓய்வில்லாமல் உழைத்தார்.

அவர் சென்ற இடங்களிலெல்லாம் அவருக்கு சிறப்பான வரவேற்பு அளிக்கப்பட்டது. அவரை ஆதரிப்பதற்காக ஆயிரக்கணக்கான மக்கள் திரண்டிருந்தனர். இப்படிப்பட்ட சந்தர்ப்பங்களில் பொருளாதார நாகரீக பிரச்சனைகளைப் பற்றி அவர் நட்புடன் எடுத்துரைத்தார்.

> “இங்கு கூடியிருக்கின்ற கடினமாய் உழைக்கின்ற சகோதர சகோதரிகளே... நாள் முழுவதும் மேற்கொண்ட கடின உழைப்பிற்குப் பிறகு நீங்கள் உங்களுடைய குடிசைகளுக்கு மிகவும் களைப்படைந்த நிலையில், பசியுடன் திரும்பிப் போகின்றீர்கள். உங்களுடைய களைப்பைப் போக்கிக் கொள்வதற்காக நீங்கள் கள்ளுக் கடைகளுக்குப் பணம் செலவழிக்கிறீர்கள். இதை நீங்கள் மனப்பூர்வமாகவோ் கெட்ட எண்ணத்துடனோ செய்யவில்லை. நான் உங்களைக் குறை கூறவில்லை. ஆனால், அந்தப் பழக்கத்தால், நீங்கள் அப்படி நடந்து கொள்வதால் என்ன நடக்கின்றது? இதைப்பற்றி நீங்கள் எப்பொழுதாவது சிந்தனை செய்திருக்கிறீர்களா? வீட்டில் கலகங்களும், அமைதியின்மையும் ஏற்படுகின்றன. குடும்பத்தின் அமைதியின்மை குழந்தைகளைப் பாதிக்கின்றது. அத்துடன் உங்களுடைய சமுதாயத்தையும் அது பின்னோக்கித் தள்ளுகின்றது. இப்படிப்பட்ட ஒரு சந்தர்ப்பத்தில் நாம் சமூகத்திலும் பொருளாதாரத்திலும் உயர்வுக்கு வரமுடிவதில்லை. இது மட்டுமல்ல, திருமண உறவுகள் முறிந்து போகின்றன. இப்படி பல பிரச்சனைகளை எதிர்கொள்ள வேண்டியிருக்கிறது. அதனால், உங்களுடைய சகோதரன் என்னும் நிலையில் நீங்கள் மது அருந்தக் கூடாது என்று நான் வேண்டிக்கொள்கிறேன். இன்று முதல் மது

அருந்துவதில்லையென்று கைகளை உயர்த்தி சத்தியம் செய்ய வேண்டுமென்று நான் உங்களிடம் கேட்டுக் கொள்கிறேன்."

இப்படி சிநேகத்துடன் அவர்களுடைய பலவீனங்களையும் கெட்ட பழக்கங்களையும் திருத்துவதற்கு அவர் முயற்சி செய்தார்.

அய்யங்காளி சமூகத் தலைவரும், நாயகனுமாக மட்டுமல்லாமல் வழிகாட்டியாகவும் குருவாகவும் இருந்தார். சமுதாய முன்னேற்றத்திற்காக கட்டாயமாக சில நடைமுறைச் சட்டங்களைக் கடைபிடிக்க வேண்டியுள்ளது என்று அவர் கூறினார். மேல்சாதிக்காரர்களுடைய அனாவசிய செலவு, அகம்பாவம், ஆடம்பரம் முதலியவைகளை தலித்துகள் கடைபிடிக்கக் கூடாது. அனைத்துவித கெட்ட பழக்கங்களிலிருந்தும் கட்டாயமாக விலகி நிற்க வேண்டும். நல்ல நிலைக்கு உயர முயற்சி செய்ய வேண்டும்.

இப்படிப்பட்ட உபதேசங்களை அவர் நல்கியிருந்ததனால் வைக்கம், கோட்டயம், மாவேலிக்கர முதலிய பகுதிகளிலுள்ள மக்கள் அவரை 'அய்யங்காளி குருதேவன்' என்று சிறப்பித்துக் கூறினர்.

9

சாது ஜனபரிபாலன சங்கத்தினுடையவும் அய்யங்காளியினுடையவும் செயல்பாடுகள்

ஏழை மக்களின் பாதுகாப்பிற்காக ஏற்படுத்தப்பட்ட அமைப்பான 'சாது ஜனபரிபாலன சங்கம்' அய்யங்காளி மற்றும் மற்ற தலைவர்களினுடைய தொடர்ச்சியான முயற்சியாலும், தலைமையாலும் மகத்தான ஒன்றாக வளர்ந்தது. சரித்திரமானதும் வீரம் நிறைந்ததுமான போராட்டங்களினுடையவும் புரட்சிகளினுடையவும் சிறப்பை இந்த சந்தர்ப்பத்தில் சுட்டிக் காட்டாமல் இருக்க முடியாது. புரட்சியினுடைய பலிக் கல்லில் பல தலைவர்கள் தங்களுடைய விலைமதிக்க முடியாத உயிரை பலிகொடுக்க வேண்டிவந்தது. எதிரிகளினுடைய அடிமைப் படுத்தல் சித்ரவதை, இரத்தம் சிந்துதல் என எதனாலும் போராட்டத்தினுடைய வீரியத்தைக் குறைக்க முடியவில்லை. நாகரீகமற்றவர்களும், எழுத்தறிவில்லாதவர்களுமான மக்களை சுயமரியாதையுள்ள தொழில்புரிபவர்களாகவும், ஆர்வமுள்ளவர்களாகவும் மாற்றுவதென்னும் இலட்சியத்தை அடைவதற்கு பெரும் முயற்சி செய்ய வேண்டியிருந்தது. அடிமைப்படுத்தப்பட்டவர்களுடைய ஒற்றுமையும் நட்பும் எதிராளிகளிடம் பயத்தையும் பொறாமையையும் உண்டாக்கியது. அவர்களுக்கு எதிராக பல தடைகள் உண்டாக்கப்பட்டன. இலட்சியத்தை அடைவதைத் தடுக்க எதிரிகள் ஒழுங்கு, சாத்திரம் என பல வழிகளைத் தேர்ந்தெடுத்தனர். தலிக்களுக்கிடையில் சண்டைகளை உண்டாக்க அவர்கள் முயற்சி செய்தனர். அதன் பலனாய் ஏற்பட்ட வாய்த்தகராறுகள் அந்த ஏழை மக்களை நீதிமன்றத்திற்கும் சிறைச் சாலைக்கும் கொண்டு சென்றன. சங்க உறுப்பினர்களுக்கிடையில் உபசாதிப் பிரிவினைகளை உண்டாக்கவும் எதிரிகள் முயற்சி செய்தனர். அது எதிரிகள் விரித்த வலையாயிருந்தது. இந்த உபசாதிப் பிரிவு அவர்களை எதிரிகளின் கைகளில் பொம்மைகளாக்கியது. பிரதான

அமைப்பில் இருந்தும் உறுப்பினர் பதவியை வேண்டாமென்று சொல்லி வந்துவிட்ட கீழ்சாதிக்காரர்கள் உபசாதி அமைப்புகளை உருவாக்கினார்கள்.

அந்த சமயத்தில்தான் கல்வி பெற்று தகுதியடைந்த டி.டி. கேசவன் சாஸ்திரி என்னும் இளைஞன் தலித்துகளுக்காகப் போராட முன் வந்தார். 1927 இல் சாஸ்திரி தேர்வை வெற்றிகரமாய் முடித்திருந்த அவர் ஒரு புல்லாங்குழல் மேதையும் கவிஞருமாயிருந்தார். குரல் சாமார்த்தியத்தால் இளம் நெஞ்சங்களை அடிமைப்படுத்தினார். அதே சமயம் அய்யங்காளியினுடைய ஒரு எதிராளியாகவும் மாறினார். ஸ்ரீமூலம் மந்திரி சபையில் பெயரைக் குறிப்பிடும் பிரச்சனை இவர்களுடைய பகைக்கு ஒரு காரணமாய் மாறியது. (பாப்புலர் அசெம்பிளியில் அய்யங்காளி, கேசவன் சாஸ்திரிக்குப் பதிலாக பாம்பாடி ஜான் ஜோசப்பை சிபாரிசு செய்து விட்டார்). நாட்கள் செல்லச் செல்ல இது அவர்களுக்கிடையிலுள்ள விரிசலை அதிகப்படுத்திக் கொண்டிருந்தது. இது சமூகப் பணியிலும் இருவருக்குமிடையே பகையை வளர்த்தது.

கேசவன் சாஸ்திரி அவருடைய சமுதாயத்தைச் சேர்ந்த மக்களையெல்லாம் ஒன்றிணைக்க முயற்சி செய்தார். இளைய தலைமுறையினர் அவரால் கவரப்பட்டனர். இந்த சந்தர்ப்பத்தில் நினைத்துப் பார்க்க வேண்டிய மற்றொரு காரியம் அவர் இந்து மிசனில் சுறுசுறுப்பாக இயங்கிக் கொண்டிருந்தார் என்பதுதான். அப்படி அவர் இந்துக்களுடைய கைகளில் விளையாட்டு பொம்மையாக மாறியிருந்தார்.

தலித்துகளினுடைய முன்னணித் தலைவர்களான இவர்களுக்கிடையில் நிலைபெற்றிருந்த தனிப்பட்ட விரோதத்தையும் உரசலையும் குறைப்பதற்காக ஆட்சியாளர்கள் ஒரு முயற்சி செய்தார்கள். இந்த சந்தர்ப்பத்தில்தான் திவான் சி.பி. ராமசுவாமி அய்யரினுடைய கட்டாயத்தின் பேரில், சமாதானத்தின் பலனாய் அய்யங்காளியினுடைய மகளான திருவளர்ச் செல்வி தங்கம்மாவை திருவளர்ச் செல்வன் கேசவன் சாஸ்திரி திருமணம் செய்து கொண்டார்.

இந்தத் திருமண உறவு கேரளாவில் தலித் அமைப்பின் சரித்திரத்தில் பெரிய ஆதிக்கம் செலுத்தியது. அது அவருடைய அமைப்பின் செயல்பாடுகளில் ஒரு திருப்புமுனையாக இருந்தது. இந்தத் திருமண உறவிற்குப் பிறகு எஸ்.ஜெ.பி.எஸ். ஓர் உயர்ந்த இடத்திற்கு வந்தது. அமைப்பின் காரியங்களில் மருமகனுடன் சேர்ந்து போரிட அவர் விரும்பவில்லை. கடைசியில் தன் சாதி (புலயர்) சங்கத்தில் மட்டும் அவர் கவனம் செலுத்தத் தொடங்கினார். சாஸ்திரி பிரிவு செயல்பாடுகள்

பலம் பெற்ற பிறகு 'சாது ஜனபரிபாலன சங்க'த்தினுடைய செயல்பாடுகள் நிலைத்து விட்டன. தலித்துகளினுடைய புதிய தலைமுறைக்கு வேண்டி அய்யங்காளி வழிவிட்டார்.

சாஸ்திரியினுடைய தலைமையில் சாதி சங்கம் என்னும் நிலையில் பதிவு செய்யப்பட்டபொழுது அய்யங்காளிக்கு அமைப்பினுடைய செயல்பாடுகளில் ஆர்வம் குறைந்துவிட்டது. ஆனால், அய்யங்காளியால் மக்களிடமிருந்து விலகி நிற்க முடியவில்லை. மக்களுடைய பலதரத்திலுள்ள பிரச்சனைகளுக்குப் பரிகாரம் தேடுவதற்காக அவர் எப்பொழுதும் தயாராயிருந்தார்.

அவர் தன்னுடைய மக்களுக்கிடையில் அதிகாரிகளையும் பட்டப்படிப்பு படித்தவர்களையும் உருவாக்க மனப்பூர்வமாக முயற்சி செய்தார். தன் குழந்தைகளை நல்ல நிலைக்குக் கொண்டு வர விரும்பும் ஒரு பிதாவைப்போல அவர் இருந்தார். தன் சமுதாயத்தை ஒரே குடும்பமாகக் கருதினார். மக்கள், கல்வியில் முன்னேற்றம் கண்டபொழுது அவர்களுக்குத் தகுந்த தொழிலைக் கண்டுபிடித்துக் கொடுக்க அவர் முயற்சி செய்தார். அதற்காக அவர் ஒவ்வொரு விண்ணப்பமாய்ச் சமர்ப்பித்தார். அவருடைய போதாமைகளைப் பற்றியும் அவர் அனுபவித்த அநீதிகளைக் குறித்தும் சட்டசபையில் அவர் பேசினார். சமுதாய சீர்திருத்தத்திற்காக அவர் பல கோரிக்கைகளை முன்வைத்தார். அரசாங்க சேவனத்தில் மிகவும் விலை குறைந்த வேலை கிடைப்பது அவருக்குத் திருப்தியளிப்பதாக இருந்திருக்கவில்லை. தாய்மொழியில் தேர்வு எழுதி தேர்ச்சி பெற்றவர்களுக்கும் ஆங்கிலக் கல்வி கற்றுவர்களுக்குமெல்லாம் கீழ்மட்டத்தில் தான் வேலை கொடுப்பதாகச் சொல்லப்பட்டது. அங்கு மிகவும் குறைவானவர்களே வேலை செய்து கொண்டிருந்தார்கள்.

தலித்துகளுக்கு பள்ளிக் கூடத்தில் படிக்க அனுமதி கிடைத்தபொழுது மிடில் ஸ்கூல் வகுப்புகளுக்கு அவர்கள் கட்டணம் செலுத்த வேண்டியிருந்தது. அதற்குச் சில ஆண்டுகள் கழிந்த பிறகுதான் கட்டணத்தைப் பகுதியாக்கி, இலவசத்தை அனுமதித்தது. மிகுந்த பலம் வாய்ந்த போராட்டங்களின் பலனாய்த்தான் இதை அடைய முடிந்தது. கட்டணம் செலுத்த முடியாததால் பல மாணவர்கள் படிப்பைப் பாதியில் நிறுத்த வேண்டி வந்தது. அக்காலத்தில், படிப்பை நிறுத்த வேண்டி வந்த டி.டி. கேசவன் (பிறகு, கேசவன் சாஸ்திரி என்று அறியப்பட்டவர்) சில ஆண்டுகள் கழித்துத்தான் திரும்பும் படிப்பைத் தொடர முடிந்தது. கிறித்துவ மிசனரிகள் தங்களுடைய மையங்களில் அபயம் தேடியவர்களுக்கு நேராக உதவிக் கரம் நீட்டியதால் சிலருக்கு உயர்கல்வி கற்பதற்கான வாய்ப்புக் கிடைத்தது.

10

முடிவுரை

தலித்துகளுடைய அனைத்து விதமான சுதந்திரமற்ற நிலைமையை முற்றிலும் போக்குவதற்காக தன்னைத்தானே அர்ப்பணித்துக் கொண்ட அய்யங்காளியுடைய வாழ்க்கையும் புகழ்பெற்ற தைரியமும் சமநிலையும் தலித்துகள் சுதந்திரம் அடைவதற்கு முக்கியக் காரணமாயிருந்தன. மக்களுடைய உரிமைகளைப் பெற்றுத் தருவதற்காக வாழ்வா சாவா போராட்டத்தை நடத்துவது பிறவியிலேயே அவருக்கிருந்த சாமர்த்தியமாகும். சமுதாயத்திற்கு மிகவும் பொருத்தமான தலைவராய் இருந்தார் அவர். தேவைப்படும் சந்தர்ப்பங்களில் சமுதாய பலத்தை உறுதிப்படுத்தி ஒரு போராட்ட சக்தியாக மாற்ற அவர் மிகுந்த முயற்சி செய்தார். எதிராளிகளை எதிர்த்து நிற்க முடியாத சந்தர்ப்பங்களையும் ஆபத்தான கட்டங்களையும் கடந்து சென்ற பொழுதும் அசாதாரணமான மனக் கட்டுப்பாட்டுடன் அவர் அமைப்பை முன்னுக்குக் கொண்டு சென்றார். அவசியமான சந்தர்ப்பங்களில் அவர் சமநிலையில் நின்று உறுதியான தீர்மானங்களை எடுத்திருந்தார்.

தடைகளைத் தாண்டி வெற்றி பெறும் சாமர்த்தியமுள்ள ஒப்பற்ற தலைவராயிருந்தார் அவர். சென்ற இடங்களிலெல்லாம் மக்கள் கூட்டத்திலிருந்து கம்பீரமான வரவேற்பு அவருக்கு வழங்கப்பட்டது.

தன் சமுதாய சுதந்திரத்திற்கான போராட்டங்களில் அவர் மிகுந்த வீரத்துடன் பங்கு கொண்டார். சுதந்திரம் என்று அவர் சொல்லியிருந்தது சமத்துவமும் மரியாதையுமாகும். சமூகத்தின் தீமைகளுக்கு எதிராக, அதற்கிடையில் சிக்கி நசுங்கிக் கொண்டிருந்த தாழ்த்தப்பட்டவர்களை பலனுள்ள வகையில் ஒன்றுதிரட்ட வேண்டியதன் அவசியத்தை அவர் புரிந்து கொண்டிருந்தார். அவர்களை ஒரு கொடிக்குக் கீழ் கொண்டு வருவதற்காக ஒரு அமைப்பைத் துவங்கினார். தீண்டாமை, சாதியொழிப்பு, சமூகத்தில்

நிலவிய மற்ற மூடநம்பிக்கைகள் ஆகியவற்றுக்கு எதிராக சக்திவாய்ந்த பிரச்சாரம் செய்தார்.

தலைமைப் பண்புகளுள்ள ஒப்பற்ற தலைவராய் உயர்ந்த அய்யங்காளி அனைவருக்கும் ஓர் உதாரணமாயிருந்தார். அவருடைய அபிப்பிராயத்தில், அவருக்கு ஏற்பட்ட தடைகள்தான், பலனுள்ள பல செயல்களைச் செய்ய அவருக்குத் தூண்டுகோலாகவும், இணையற்ற மனபலத்தையும் கொடுத்தன. அவருடைய சுயநலமற்ற வாழ்க்கை இலட்சியம் பரிதாபகரமான நிலையிலிருந்து தலித்துகளை முன்னேறச் செய்யவும், சமூக, கல்வி, பொருளாதாரத்தில் மேன்மையடையச் செய்யவும் கூடியதாக இருந்தது. அவருடைய இந்த உன்னதமான இலட்சியம் மக்களிடையே ஆத்மவிசுவாசத்தைத் தோற்றுவிக்கக் கூடியதாயிருந்தது. தாழ்வு மனப்பான்மையிலிருந்து அவர்களை மீட்க வேண்டும் என்று அவர் விரும்பினார். அய்யங்காளியைப் பொருத்தவரை, மானமும் சுயமரியாதையும் இல்லாத ஒரு மனிதன் உயிருடன் இருக்க வேண்டி வருவதை விட அவமானகரமான ஒன்று வேறில்லை. அதனால்தான் அவரை 'இந்தியாவினுடைய மகானான புத்திரன்' என்று இந்திராகாந்தி சிறப்பித்துக் கூறினார். 1980 நவம்பர் 10ஆம் நாள் அய்யங்காளியின் சிலையைத் திறந்து வைத்து, இந்தியாவின் பிரதம மந்திரி இவ்வாறு பிரசங்கம் செய்தார்:

> "சமூக ஒருமைப்பாட்டை வலியுறுத்திய அய்யங்காளி கோடிக்கணக்கான தலித்துகளின் ஒளிவிளக்காய் இருந்தார். இந்தியாவினுடைய மகானான புத்திரன் அய்யங்காளி, தன் வாழ்க்கை முழுவதையும் சமூக நன்மைக்காக அர்ப்பணித்து விட்டிருந்தார். அளவற்ற மகத்துவம் உள்ள காரணத்தால் கேரளாவின் எல்லைக்குள் மட்டுமே ஒதுங்கி நிற்க அவரால் முடியவில்லை. இன்றும் அவருடைய கருத்துகளுக்கும் செயல்பாடுகளுக்கும் பெரும் மதிப்பு நிலவுகின்றது. நாட்டிற்காகத் தங்கள் வாழ்க்கையை அர்ப்பணித்துக்கொண்ட தலைவர்களுடைய சிலைகளை நான் திறந்து வைத்துக் கொண்டுள்ளேன். தீண்டாமை என்பது இந்தியாவில் ஆழமாய் வேரூன்றியுள்ள ஒரு கருப்புக் களங்கமாகும். தீண்டாமை என்ற ஒன்று இங்கே இல்லாமல் போயிருந்தால் இந்தியா எப்பொழுதோ ஒரு மகத்தான நாடாக மாற்றப்பட்டிருக்கும்."

அன்றைய முதல் மந்திரியாயிருந்த திரு.இ.கெ. நாயனார், மேற்படி நிகழ்ச்சியில் கலந்துகொண்டு மிகுந்த மரியாதையுடன் அய்யங்காளியை இவ்வாறு சிறப்பித்துக் கூறியுள்ளார்:

"... அந்தக் காலத்தில் ஜனநாயக முன்னேற்றங்களுடைய உயர்ந்த புரட்சித் தலைவர் ...அவர் தாழ்த்தப்பட்ட மக்களுடைய தலைவராக மட்டும் இருந்திருக்கவில்லை, தொழிலாள வர்க்க போராட்டங்களுடைய ஒப்பற்ற தளபதியுமாவார். முன்னேற்றச் சிந்தனையின் முன்வரிசைக்குக் கேரளாவைக் கொண்டு செல்வதில் சாதி மேதாவித்தனத்துக்கு எதிரான நிலை கொண்ட நாராயண குருவும் அய்யங்காளியும் முக்கியமானவர்கள் ஆவர். அய்யங்காளி தன் செயல்களைத் துவங்கும்பொழுது தேசியத் தலைவர்களாயிருந்தவர்கள் ராஜாராம் மோகன்ராய், ராமகிருஷ்ண பரமஹம்சர், தயானந்த சரஸ்வதி, விவேகானந்தர் ஆகியோர்தான். எழுத்தறிவில்லாத அய்யங்காளி அவர்களிலிருந்து முற்றிலும் மாறுபட்டவராயிருந்தார். அக்காலத்தில் மகான்களாயிருந்த தலைவர்களில் மிகவும் முன்னேற்றச் சிந்தனை கொண்டவரும் வலிமை பொருந்திய தலைவருமாயிருந்தார் அவர். 1907இல் அநீதிக்கு எதிராக, மனித உரிமைகளுக்கு வேண்டி மகானான அய்யங்காளி உருவாக்கிய தலித் அமைப்பான 'சாது ஜனபரிபாலன சங்கம்' அவருடைய மக்களின் சுதந்திரத்திற்கான பாதையைத் திறந்து விட்டது. அவருடைய போராட்டங்களும் அமைப்பும் பின்னாளில் உருவாக்கப்பட்ட விவசாயத் தொழிலாளர் அமைப்பிற்கு அடித்தளமாய் அமைந்தது."

* * *